தமிழர் வளர்த்த அழகுக் கலைகள்

மயிலை சீனி.வேங்கடசாமி

நியூ செஞ்சுரி புக் ஹவுஸ் (பி) லிட்.,
41-பி, சிட்கோ இண்டஸ்டிரியல் எஸ்டேட்,
அம்பத்தூர், சென்னை- 600 050.
☎: 044 - 26251968, 26258410, 48601884

Language: Tamil
Tamizhar Valartha Azhagu Kalaigal

Author: **Mayilai Seeni. Venkadasamy**
N.C.B.H. First Edition: July, 2019
Second Edition: July, 2021
Copyright: Publishers
No.of Pages: 160
Publisher:
New Century Book House Pvt. Ltd.,
41-B, SIDCO Industrial Estate,
Ambattur, Chennai - 600 050.
Tamilnadu State, India.
Email : info@ncbh.in
Online : www.ncbhpublisher.in

ISBN. 978 - 93 - 8897 - 320 - 5
Code No. A 4126
₹ **200/-**

Branches

Ambattur 044 - 26359906 **Spenzer Plaza (Chennai)** 044-28490027
Trichy 0431-2700885 **Pudukkottai** 04322- 227773 **Thanjavur** 04362-231371
Tirunelveli 0462-4210990, 2323990 **Madurai** 0452 2344106, 4374106
Dindigul 0451-2432172 **Coimbatore** 0422-2380554 **Erode** 0424-2256667
Salem 0427-2450817 **Hosur** 04344-245726 **Krishnagiri** 04343-234387
Ooty 0423 2441743 **Vellore** 0416-2234495 **Villupuram** 04146-227800
Pondicherry 0413-2280101 **Nagercoil** 04652-234990

தமிழர் வளர்த்த அழகுக் கலைகள்

ஆசிரியர்: **மயிலை சீனி.வேங்கடசாமி**
என்.சி.பி.எச். முதல் பதிப்பு: ஜூலை, 2019
இரண்டாம் பதிப்பு: ஜூலை, 2021

அச்சிட்டோர்: **பாவை பிரிண்டர்ஸ் (பி) லிட்.,**
16 (142), ஜானி ஜான் கான் சாலை, இராயப்பேட்டை, சென்னை - 14
☎: 044-28482441

All rights reserved. No part of this book may be reprinted or reproduced or utilised in any form or by any electronic, mechanical, or other means, now known or hereafter invented, including photocopying and recording, or in any information storage or retrieval system, without permission in writing from the publishers.

முகவுரை

உலகத்திலே நாகரிகம் பெற்ற மக்கள் எல்லோரும் அழகுக் கலைகளை வளர்த்திருக்கிறார்கள். மிகப் பழைய காலந்தொட்டு நாகரிகம் பெற்று வாழ்ந்து வருகிற தமிழரும் தமக்கென்று அழகுக் கலைகளை உண்டாக்கிப் போற்றி வளர்த்து வருகிறார்கள். இரண்டாயிரத்து ஐந்நூறு ஆண்டுகளுக்கு முன்பிருந்தே தொடர்ந்து வருகிற தமிழரின் அழகுக் கலைகள் மிக மிகப் பழமையானவை. மிகப் பழைய காலத்தில் நாகரிகம் பெற்று வாழ்ந்த மக்கள் சமூகத்தினர் இவ்வளவு நெடுங்காலம் தொடர்ந்து நிலைபெற்றிருக்கவில்லை. தமிழர் நாகரிகம் மிகப் பழமையானது என்பதைச் சரித்திரம் அறிந்த அறிஞர்கள் எல்லோரும் ஒப்புக்கொண்டிருக்கிறார்கள்.

ஆனால் தற்காலத்துத் தமிழ்ச் சமூகம், தனது பழைய அழகுக்கலைச் செல்வங்களை மறந்துவிட்டது; "தன் பெருமை தான் அறியா" சமூகமாக இருந்து வருகிறது. "கலை, கலை" என்று இப்போது கூறப்படுகிறதெல்லாம் சினிமாக் கலை, இசைக் கலைகளைப் பற்றியே. இலக்கியக் கலைகூட அதிகமாகப் பேசப்படுகிறதில்லை. ஏனைய அழகுக் கலைகளைப் பற்றி அறவே மறந்து விட்டனர். இக்காலத்துத் தமிழர். மறக்கப்பட்ட அழகுக் கலைகள் மறைந்துகொண்டே இருக்கின்றன.

தமிழர் சமூகத்தினாலே மறக்கப்பட்டு மறைந்து கொண்டிருக்கிற அழகுக் கலைகளைப் பற்றி இக்காலத்தவருக்கு அறிமுகப்படுத்துவதே இந்நூலின் நோக்கம். ஆனாலும், அழகுக் கலைகளைப் பற்றிப் பேசப் புகுந்தபோது, முறைமைபற்றி எல்லா அழகுக்கலைகளைப் பற்றியும் கூறப்படுகிறது.

அழகுக் கலைகளைப் பற்றி மேல்வாரியான செய்திகளே இந்நூலில் பேசப்படுகின்றன. அழகுக் கலைகளின் முற்ற முடிந்த செய்திகளைக் கூறுவது இந்நூலின் நோக்கம் அல்ல. அழகுக் கலைகளைப் பற்றிய மேல்வரம்பான, பொதுத் தன்மையைக் கூறும் நூல் ஒன்று வேண்டியிருப்பதையுணர்ந்தே இந்நூல் எழுதப்பட்டது.

அழகுக் கலைகளை நன்கறிந்த அறிஞரே அக்கலைகளைப் பற்றி எழுதத் தகுதிவாய்ந்தவர். ஆனால், அக்கலைகளையெல்லாம் ஒருங்கே கற்றறிந்த அறிஞர் கிடைப்பது அரிதினும் அரிது. இந்நூலை எழுதியவர்

இக்கலைகளையெல்லாம் முழுதும் அறிந்தவர் அல்லர். "கல்வி கரையில, கற்பவர் நாள் சில, மெல்ல நினைக்கில் பிணிபல." அழகுக் கலைகள் ஒவ்வொன்றும் கடல்போன்று விரிந்து ஆழமானவை. அவற்றையெல்லாம் துறைபோக ஆழ்ந்து கற்பதற்கு ஆயுள் போதாது.

பண்டைக்காலத்தைப் போல, மனித வாழ்க்கை அமைதியாக, நிதானமாக இக்காலத்தில் செல்லவில்லை. இந்த இருபதாம் நூற்றாண்டிலே மனிதரின் வாழ்க்கை மோட்டார் கார்ச் சக்கரம்போல வெகுவேகமாகச் சுழன்றுகொண்டிருக்கிறது. வேகமாகச் சுழன்று கொண்டிருக்கிற மனித வாழ்க்கையிலே, கவலையற்ற நிம்மதியான வாழ்க்கை வாய்க்கப் பெற்றவரும்கூட அழகுக்கலைகளை ஆழமாகவும் நுட்பமாகவும் அறிய முடிகிறதில்லை.

அழகுக் கலைகளைப் பற்றி முழுவதும் தெரிந்து கொள்ளா விட்டாலும், அவற்றைப் பற்றிய மேல்வாரியான பொதுச் செய்தி களையாவது அறிந்திருக்க வேண்டுவது நாகரிகம் படைத்த மக்களின் கடமையாகும். அழகுக் கலைகளை உண்டாக்கி, உயரிய நிலையில் வளர்த்துப் போற்றிப் பாதுகாத்து வந்த தமிழ்ச் சமூகத்தின் பரம்பரை யினர், இக்காலத்தில் அவை மறைந்து போகும் அளவுக்கு அவற்றை மறந்து வாழ்வது நாகரிகச் செயலாகாது. தமது மூதாதையர் வளர்த்துப் போற்றிய கலைகளைச் சிறிதளவாவது அறிந்து போற்றிப் பாதுகாக்க வேண்டுவது அவர் வழிவந்த பரம்பரையினரின் நீங்காக் கடமையும் உரிமையும் ஆகும்.

இக்காலத்தில் அழகுக் கலைகளைப் பற்றிய நூல்கள் சில வெளிவந்துள்ளன. ஆனால், அவை தமிழரின் அழகுக் கலைகள் அனைத்தையும் கூறவில்லை. அழகுக் கலைகள் அனைத்தையும் ஒருங்கே அறிமுகப்படுத்தும் நூல் ஒன்று தேவைப்படுவதை அறிந்து, இந்நூல் எழுதப்பட்டது. இந்நூலில் குற்றங் குறைகள் இருக்கலாம். குற்றம் புரிவது மனித இயற்கை, குற்றம் நீக்கிக் குணத்தைக் கொள்வது அறிவுடையோர் கடமை.

இந்நூலில் சிற்சில இடங்களில் சில செய்திகள் மீண்டும் மீண்டும் கூறப்படுகின்றன. இதனைக் "கூறியது கூறல்" என்னும் குற்றமாகக் கொள்ளக்கூடாது. தெளிவுபட விளக்குவதற்காக இவ்வாறு கூற வேண்டுவது அவசியமாயிற்று.

இந்நூலுக்குப் புறம்பான ஒரு செய்தியைக் கூற வாசகர் விடைதர வேண்டுகிறேன். சில செய்திகள் புதிதாக ஆராய்ந்து இந்நூலுள் கூறப்படுகின்றன. முக்கியமாகக் கோயில் கட்டிடவகைகளைப் பற்றிய

செய்திகளைப் குறிப்பிட விரும்புகிறேன். இது மறக்கப்பட்டு மறைந்து போன செய்தியாகும். இதனை ஆராய்ந்து முதன்முதலாக இங்குக் கூறியுள்ளேன். இச் செய்தியைப் பிற ஆசிரியர் எடுத்து எழுதலாம். ஆனால், இந்நூலிலிருந்து எடுக்கப்பட்டது என்பதைத் தயவுசெய்து குறிப்பிட வேண்டும். இதை ஏன் இங்குக் குறிப்பிடுகிறேன் என்றால், எனது "பௌத்தமும் தமிழும்" என்னும் நூலிலிருந்து சில விஷயங்களை எடுத்து எழுதிக்கொண்ட ஒருவர் அந்நூலைக் குறிப்பிடாமல், தானே அவ்விஷயங்களை ஆராய்ந்து கண்டுபிடித்ததுபோல எழுதிக் கொண்டார். இவர் பொறுப்புவாய்ந்த அரசாங்க உயர்தர உத்தியோகஸ்தர்! இவரைப் போல மற்றவர்களும் செய்யக்கூடாது என்பதற்காகவே இங்கு இதனைக் குறிப்பிடவேண்டியதாயிற்று. நூலாசிரியர் எல்லோரும் இப்படிக் களவாடுவதில்லை. ஒருசிலர் செய்கிறார்கள், என்ன செய்வது!

10-4-1956   மயிலை சீனி. வேங்கடசாமி

பொருளடக்கம்

1. அழகழகாய் கலைகள் — 7
2. கட்டிடக் கலை — 12
3. சிற்பக் கலை — 38
4. ஓவியக்கலை — 51
5. இசைக்கலை — 66
6. பதினோரு ஆடல் — 88
7. பரதநாட்டியம் — 98
8. தலைக்கோல் — 103
9. இலக்கியக் கலை — 110
10. நாடகக் கலை — 116
11. வரிக்கூத்து — 133
12. கலைகளைப் போற்றுக — 138
13. இந்நூல் எழுத உதவியாக இருந்த நூல்கள் — 159

அழகழகாய் கலைகள்

தமிழர்களுக்கென தனித்ததொரு கலை மரபுண்டு. இசை, ஓவியம், நாடகம், இலக்கியம், சிற்பம், கட்டடம், ஆடல், ஒப்பனையென்று பலவகையிலும் அவர்கள் மேம்பட்டே விளங்கியிருக்கிறார்கள். அதோடு மட்டுமில்லாமல் அக்கலையை மக்களின் வாழ்க்கைப் பின்னணியில் வளர்த்தெடுத்திருப்பதுதான் தனிச்சிறப்பு வாய்ந்தது. தொல் தமிழனின் வரலாற்றை அறிய இக்கலை வடிவங்கள் நமக்குச் சான்றாக விளங்குவதே அதற்கு ஆதாரம். தொன்மங்கள் கால வளர்ச்சியின் வரலாற்றைப் பகரும்போது அவை போற்றிப் பாதுகாக்கப்பட வேண்டியவையாகின்றன.

நம்முடைய கலை வடிவங்கள் யாவுமே நீண்ட வரலாற்றைக் கொண்டவை. நீளமானதொரு சமூக வரலாற்றைத் தன்னகமாகக் கொண்டிருப்பவை. நம்மிடம் இருக்கும் கலை வடிவங்களைக் கண்டு மேலைநாட்டார் வியப்படைகின்றனர். இசையை நீங்கள் எங்கு பார்க்க முடியும். கேட்பதுதானே இசை. அப்படி இசையை கண்ணால் பார்க்க, மலையொன்று இசைக்கான இலக்கணம் சுமந்து நிற்பதைத் தமிழில் (குடுமியான்மலை) தானே காணமுடிகிறது.

கூத்து - இதிலிருந்து பரிணமித்தவையே நாடகம், திரைப்படம், இன்றைய தொலைக்காட்சித் தொடர்கள் இவையெல்லாம். சிற்பம் - இது பழங்கால மனிதனைப் படம்பிடித்துக் காட்டும் அற்புதமான கலையல்லவா. தமிழரின் கட்டடக் கலைக்கு இதுதான் சிறந்த உதாரண மென்று குறிப்பிட்டுச் சொல்ல முடியாத அளவுக்கு மண்ணெங்கும் விரவிக் கிடக்கின்றன கோயில்களும் அரண்மனைகளும். மண், மரம், மலை என இயற்கையைத் தன்வயப்படுத்தி தன் அறிவையும், சிந்தனையையும் கற்பனையையும் அவற்றுள் புகுத்தி அவற்றை நெடுங்காலம் வாழ வைத்திருக்கிறான் தமிழன்.

பலவகையான தொழில்களில் வளர்ச்சியடைந்து, தமது வாழ்க்கைக்கு வேண்டிய உணவு, உடை, உறையுள், கல்வி, செல்வம் முதலியவற்றைப் பெற்று, நாகரிகமாக வாழ்கிற மனிதன் அவற்றினால் மட்டும் மன அமைதி அடைகிறதில்லை. நாகரிகமாக வாழும் மக்கள் உண்டு உடுத்து உறங்குவதனோடு மட்டும் திருப்தியடைவதில்லை. அவர்கள் மனம் வேறு இன்பத்தை அடைய விரும்புகிறது. அந்த

இன்பத்தைத் தருவது எது? அழகுக் கலைகளே. நாகரிக மக்கள் நிறை மனம் - திருப்தி- அடைவதற்குத் துணையாயிருப்பவை அழகுக் கலைகள்தான். அழகுக் கலைகள் மனிதனுடைய மனத்திற்கு அழகையும் இன்பத்தையும் அளிக்கின்றன. அழகுக் கலைகளின் வாயிலாக மனிதன் நிறைமனம் (திருப்தி) அடைகிறான்.

அழகுக் கலைக்கு இன்கலை என்றும் கவின் கலை என்றும் நற்கலை என்றும் வேறு பெயர்கள் உண்டு.

மனிதனுடைய மனத்தில் உணர்ச்சியை எழுப்பி அழகையும் இன்பத்தையும் அளிக்கிற பண்பு அழகுக் கலைகளுக்கு உண்டு. மனிதன் தன்னுடைய அறிவினாலும் மனோபாவத்தினாலும் கற்பனையினாலும் அழகுக் கலைகளை அமைத்து அவற்றின் மூலமாக உணர்ச்சியையும் அழகையும் இன்பத்தையும் காண்கிறான். அழகுக் கலைகள், மனத்திலே உணர்ச்சியை எழுப்பி அழகுக் காட்சியையும் இன்ப உணர்ச்சியையும் கொடுத்து மகிழ்விக்கிற படியினாலே, நாகரிகம் படைத்த மக்கள் அழகுக் கலைகளைப் போற்றுகிறார்கள்; பேணி வளர்க்கிறார்கள்; துய்த்து இன்புற்று மகிழ்கிறார்கள்.

அழகுக் கலையை விரும்பாத மனிதனை அறிவு நிரம்பாத விலங்கு என்றே கூற வேண்டும். அவனை முழு நாகரிகம் பெற்றவன் என்று கூறமுடியாது.

அழகுக் கலைகள் எத்தனை? அழகுக் கலைகள் ஐந்து. அவை கட்டிடக் கலை, சிற்பக் கலை, ஓவியக்கலை. இசைக் கலை, காவியக் கலை என்பன. பண்டைக் காலத்தில் நமது நாட்டவர் கட்டிடக் கலையையும் சிற்பககலையையும் (Architecture and Sculpture) ஒரே பெயரால் சிற்பக் கலை என்று வழங்கினார்கள். ஆனால், கட்டிடக் கலை வேறு. சிற்பக் கலை வேறு.

காவியத்துடன் நாடகம் அடங்கும். அழகுக் கலைகளில் இசைக் கலை, காவியக் கலை இரண்டையும் பண்டைத் தமிழர் இயல், இசை, நாடகம் என்று மூன்றாகப் பிரித்தனர். அவர்கள் இயற்றமிழ் என்று கூறியது காவியக் கலையை. செய்யுள் நடையிலும் வசன நடையிலும் காவியம் அமைப்பது இயற்றமிழ் எனப்பட்டது. செய்யுளை இசையோடு பாடுவது இசைத்தமிழ் எனப்பட்டது. இயலும் இசையும் கலந்து ஏதேனும் கருத்தையோ கதையையோ தழுவி வருவது நாடகத் தமிழ் எனப்பட்டது. நாடகத் தமிழில் நடனம், நாட்டியம், கூத்து என்பனவும் அடங்கும். எனவே, அழகுக் கலைகள் ஐந்தையும் விரித்துக் கூறுமிடத்து கட்டிடக் கலை, சிற்பக் கலை, ஓவியக் கலை, இசைக்

கலை, கூத்துக் கலை (நடனம் நாட்டியம்), காவியக் கலை, நாடகக் கலை என ஏழாகக் கூறப்படும்.

அழகுக் கலைகளைக் கண்ணினால் கண்டும், காதினால் கேட்டும் உள்ளத்தினால் உணர்ந்தும் மகிழ்கிறோம். இனி இதனை விளக்குவோம். கண்ணால் கண்டு இன்புறத்தக்கது கட்டிடக்கலை. பருப்பொருளாக உள்ளபடியால் கட்டிடத்தைத் தூரத்தில் இருந்தும் கண்டு களிக்கலாம்.

இரண்டாவதாகிய சிற்பக்கலை மனிதர், விலங்கு, பறவை, தாவரம் முதலான உலகத்திலுள்ள பொருள்களின் வடிவத்தையும், கற்பனையாகக் கற்பித்து அமைக்கப்பட்ட பொருள்களின் உருவத்தையும், அழகுபட அமைப்பது. இந்தச் சிற்பக்கலை, கட்டிடக் கலையைவிட நுட்பமானது. இதனையும் கண்ணால் கண்டு மகிழலாம்.

மூன்றாவதாகிய ஓவியக் கலை சிற்பக்கலையைவிட நுட்பமானது. உலகத்தில் காணப்படுகிற எல்லாப் பொருள்களின் உருவத்தையும் உலகில் காணப்படாத கற்பனைப் பொருள்களின் வடிவத்தையும் பலவித நிறங்களினாலே அழகுபட எழுதப்படுகிற படங்களே ஓவியக் கலையாம். இதனையும் அருகில் இருந்து கண்ணால் கண்டு மகிழலாம்.

நான்காவதாகிய இசைக் கலையைக் கண்ணால் காண முடியாது. அது காதினால் கேட்டு இன்புறத்தக்கது.

ஐந்தாவதாகிய காவியக்கலை மேற்கூறிய கலைகள் எல்லா வற்றிலும் மிக நுட்பமுடையது. ஏனென்றால் இக்காவியக் கலையைக் கண்ணால் கண்டு இன்புற முடியாது. காதினால் கேட்கக் கூடுமாயினும், கேட்பதனாலே மட்டும் மகிழ முடியாது. காவியக் கலையைத் துய்ப்பதற்கு மனவுணர்வு மிக முக்கியமானது. மனத்தினால் உணர்ந்து அறிவினால் இன்புறத்தக்கது. ஆகையினாலே, காவியக் கலை, கலைகளில் சிறந்த நுண்கலை (Fine art) என்று கூறப்படுகிறது.

இசைக் கலையோடு தொடர்புடைய நடனம், நாட்டியம், கூத்து என்பனவும், காவியக் கலையுடன் தொடர்புடைய நாடகமும் கண்ணால் கண்டும் காதால் கேட்டும் மகிழத்தக்கன.

நாகரிகம் பெற்ற மக்கள் உலகத்திலே எங்கெங்கெல்லாம் வாழ்கிறார்களோ அங்கங்கெல்லாம், அவர்கள் அழகுக் கலைகளை வளர்த்திருக்கிறார்கள். அழகுக் கலைகள் மனித நாகரிகத்தின் பண்பாடாக விளங்குகின்றன. நாகரிகம் பெற்ற எல்லா நாட்டிலும் அழகுக் கலைகள் வளர்ச்சியடைந்திருந்தாலும், இந்த நுண் கலைகள் எல்லாம் எங்கும் ஒரேவிதமாக வளரவில்லை. அழகுக் கலைகளின்

அடிப்படையான தன்மை எல்லாநாட்டிலும் ஒரேவிதமாக இருந்த போதிலும், அதாவது கற்பனையையும் அழகையும் இன்பத்தையும் தருவதே அழகுக் கலைகளின் நோக்கமாக இருந்தபோதிலும், அவை வெவ்வேறு நாட்டில் வெவ்வேறு விதமாக உருவடைந்து வளர்ந்திருக் கின்றன.

அந்தந்த நாட்டின் இயற்கை அமைப்பு, தட்பவெப்பநிலை, சுற்றுச் சார்பு, மக்களின் பழக்கவழக்கங்கள், மனோபாவம், சமயக் கொள்கை முதலியவற்றிற்கு ஏற்றபடி அழகுக் கலைகள் வெவ்வேறு விதமாக உருவடைந்திருக்கின்றன. இக்காரணங்களில்தான் அழகுக் கலைகள் எல்லாம் எல்லா நாட்டிலும் ஒரேவிதமாக இல்லாமல் வெவ்வேறு விதமாக உள்ளன. இக்காரணங்களினால்தான், நமது நாட்டு அழகுக் கலைகளும், கிரேக்க நாட்டு அழகுக் கலைகளும், சீன நாட்டு அழகுக் கலைகளும், உரோம நாட்டு அழகுக் கலைகளும், ஏனைய நாட்டு அழகுக் கலைகளும் வெவ்வேறு விதமாக வளர்ச்சியடைந்துள்ளன.

ஈண்டு, முத்தமிழ்ப் பேராசிரியர் உயர்திரு விபுலானந்த அடிகளார், தமது யாழ் நூலிலே அழகுக் கலைகளின் பொதுவான சில இலக்கணங்களைக் கூறியுள்ளதை எடுத்துக்காட்டுவது சிறப்புடையதாக இருக்கும். அவை பின்வருமாறு:-

“அகரமுதல் னகர வீறுவாகிய முப்பதும், சார்ந்து வரன் மரபினவாகிய மூன்றும் என்னும் முப்பத்து மூன்று எழுத்துக்களைத் தொழிற்படுத்துதலினாலே இயற்றமிழானது. பொருள் பொதிந்த சொற்களை ஆக்கி, அவை கருவியாகப் பார காவியங்களையும், நீதி நூல்களையும் வகுத்து, இம்மை மறுமைப் பயனளிக்கின்றது.”

“சரிகமபதநி என்னும் ஏழு ஓசை கருவியாக இசைத் தமிழானது ஏழ்பெரும் பாலைகளை வகுத்து, அவை நிலைக்களமாக நூற்று மூன்று பண்களைப் பிறப்பித்து, அவை தமது விரிவாகப் பதினோராயிரத்துத் தொண்ணூற்றொன்று என்னுந் தொகையினவாகிய ஆதியிசைகளை யமைத்து, இம்மையின்பமும், தேவர்பரவுதலால் மறுமையின்பமும் பெறுமாறு செய்கின்றது.”

“நகை, அழுகை, இளிவரல், மருட்கை, அச்சம், பெருமிதம், வெகுளி, உவகை என்னும் மெய்ப்பாடுகளை நிலைக்களமாகக் கொண்டு, உள்ளத்துணர்வினாலும், உடலுறுப்பினாலும், மொழித் திறனாலும், நடையுடையினாலும் அவை தம்மைத் தொழிற்படுத்தி, இருவகைக் கூத்து, பத்துவகை நாடகம் என்னுமிவற்றைத் தோற்று வித்து, நாடகத் தமிழ் உள்ளத்திற்கு உவகை அளிக்கின்றது.”

"நேர்க்கோடு, வட்டம், முக்கோணம் ஆகிய மூன்று மூல வடிவங்களினின்று தோன்றிய உருக்கள் எண்ணிறந்தன."

"இவ்வாறு ஆராயுமிடத்துக் கண்ணினாலும், செவியினாலும், உள்ளத்தினாலும் உணர்ந்து இன்புறற்பாலவாய அழகுக்கலை உருக்களெல்லாம் ஒருசில மூலவுருக்கள் காரணமாகத் தோன்றி நின்றனவென்பது தெளிவாகின்றது."

"உருக்களை ஆக்கிக்கொள்ளும் முறையினைக் கூறும் நூல்கள் பொதுவியல்புகளை வகுத்துக்காட்டுவன. புலவன், இசையோன், கூத்தன், ஓவியன் என்று இன்னோர், தமது சொந்த ஆற்றலினாலே, நுண்ணிய விகற்பங்களைத் தோற்றுவித்துச் செம்மை நலஞ் சான்ற உருக்களைப் பெருக்குதலினாலே அழகுக் கலைகள் விருத்தியடைகின்றன."

"இவ்வாறு நோக்குமிடத்துப், புத்தம் புதிய உருவங்களைப் படைத்துத் தருதலே கவிஞர் முதலிய அழகுக் கலையோர் இயற்றுதற் குரிய அருந்தொழில் என்பது புலனாகின்றது. மரபுபட்டுவந்த உருவங்களிற் பயின்றோர், நுண்ணுணர்வுடையராயின், புதிய உருவங்களை எளிதில் அமைப்பர். முன்னிருந்து இறந்துபட்ட உருவங்களை ஆராய்ந்து கண்டறிதற்கும், அத்தகைய பயிற்சியும், நுண்ணுணர்வும் வேண்டப்படுபவேயாம்" (யாழ் நூல், பக்கம். 361, 362).

இவ்வாறு அடிகளார், அழகுக் கலைகளின் பொது இலக்கணத்தை விளக்கிக் கூறினார். நிற்க.

இனி, தமிழ் நாட்டிலே நமது முன்னோரால் வளர்க்கப்பட்ட பழைய அழகுக் கலைகளைப் பற்றித் தனித்தனியே ஆராய்வோம்.

கட்டிடக் கலை

அழகுக் கலைகளில் முதலாவதாகிய கட்டிடக் கலையை ஆராய்வோம். வீடுகள், மாளிகைகள், அரண்மனைகள் முதலியவை கட்டிடங்களே. ஆனால், நாம் இங்கு ஆராயப்புகுவது கோயில் கட்டிடங்களை மட்டுமே. முதலில் கோயில் கட்டிடங்கள் நமது நாட்டில் எந்தெந்தப் பொருள்களால் அமைக்கப்பட்டன என்பதை ஆராய்வோம்.

மிகப் பழைய காலத்திலே நமது நாட்டுக் கோயில் கட்டடங்கள் மரத்தினால் அமைக்கப்பட்டன. அதன்பிறகு செங்கல்லினாலும் சுண்ணாம்பினாலும் கட்டிடங்கள் அமைக்கப்பட்டன. அதற்குப் பின்னர் பாறைகளைக் குடைந்து குகைக் கோயில்கள் (Rockcut Cave Temples) அமைக்கப் பட்டன. கடைசியாகக் கருங்கற்களைக் கொண்டு கற்றளிகள் அமைக்கப்பட்டன. கருங்கற்களை ஒன்றின்மேல் ஒன்றாக அடுக்கிக் கட்டப்படுவது கற்றளி எனப்படும்.

மரக்கோயில்கள்

பழங்காலத்திலே கோயில்கள் மரத்தினால் கட்டப்பட்டன என்று கூறினோம். மரத்தைத் தகுந்தபடி செதுக்கிக் கட்டிடம் அமைப்பது எளிமையானது, பண்டைத் தமிழகமான இப்போதைய மலையாள நாட்டின் சில இடங்களில், இன்னும் கோயில்கள் மரத்தினால் கட்டப்பட்டிருப்பதைக் காணலாம். சிதம்பரத்தின் சபாநாதர் மண்டபம் இப்போதும் மரத்தினாலேயே அமைக்கப் பெற்றிருக்கிறது. சிதம்பரத்தில் ஊர்த்துவத்தாண்ட மூர்த்தி ஆலயம், பிற்காலத்தில் கருங்கல்லினால் கட்டப்பட்டது. கல்லினால் கட்டப்பட்டாலும், அதன் தூண்கள், கூரை (விதானம்) முதலிய அமைப்புகள் மரத்தினால் அமைக்கப்பட்டது போலவே காணப்படுகின்றன. சிதம்பரக் கோயிலின் பழைய கட்டிடங்கள் எல்லாம் மரத்தினாலே அமைக்கப்பட்டிருந்தன என்பதில் சிறிதும் ஐயமில்லை. முற்காலத்தில் மரத்தினாலே கோயில் கட்டிடங்கள் கட்டப்பட்டன என்பதற்குச் சான்று, பிற்காலத்தில் கல்லினால் அமைக்கப்பட்ட கோயில் கட்டிடங்களிலே, மரத்தைச் செதுக்கியமைக்கப்பட்டது போன்ற அமைப்புகள் காணப்படுவதுதான்.

மரக்கட்டிடங்கள் வெயிலினாலும் மழையினாலும் தாக்குண்டு விரைவில் பழுதுபட்டு அழிந்துவிடும் தன்மையன முக்கியமாக மேல்

பகுதியாகிய கூரை விரைவில் பழுதடைந்தன. ஆகவே, மரக் கூரைகள் பழுதுபடாதபடி அவற்றின்மேல் செம்புத் தகடுகளை வேய்வது பண்டைக்காலத்து வழக்கம். செம்புத் தகடு வேய்ந்த கூரை விரைவில் பழுதடையாது. முற்காலத்தில், சிதம்பரம் முதலிய கோயில்களின் கூரைகளில் சில அரசர்கள் செம்புத் தகடுகளையும் பொற்றகடுகளையும் வேய்ந்தார்கள் என்று கூறப்படுகின்றது. அக்காலத்தில் மரத்தினால் கட்டிடம் அமைக்கப்பட்டிருந்தபடியினால், அவை விரைவில் பழுதாகாதபடி செம்புத் தகடுகளையும் பொற்றகடுகளையும் அரசர்கள் கூரையாக வேய்ந்தார்கள்.

செங்கல் கட்டிடங்கள்

மரக் கட்டிடம் விரைவில் பழுதடைவதோடு எளிதில் தீப்பிடித்துக் கொள்ளும். ஆகவே, பிற்காலத்தில், செங்கல்லினாலும் சுண்ணாம்பினாலும் கோயில்களைக் கட்டத் தொடங்கினார்கள். செங்கற் கோயில்கள், மரக் கோயில்களைவிட உறுதியாகவும் நெடுநாள் நீடித்திருக்கக் கூடியனவுமாக இருந்தன. இவைகளும் சில நூற்றாண்டு வரையில்தான் நீடித்திருந்தன. செங்கற் கட்டிடங்கள் ஏறக்குறைய 200 அல்லது 300 ஆண்டுகளுக்குமேல் நிலைபெறுவதில்லை. கி.பி. 600-க்கு முற்பட்ட காலத்திலே இருந்த நமது நாட்டுக் கோயில் கட்டிடங்கள் எல்லாம் செங்கல் கட்டிடங்களே.

சங்க காலத்திலே கட்டப்பட்ட கோயில்கள், செங்கல் கட்டிடங்களையும் மர விட்டங்களையும் கொண்டு அமைக்கப்பட்டு, சுவர்மேல் சுண்ணம் பூசப் பெற்றிருந்தன. இத்தகைய செங்கல் கட்டிடக் கோயில்கள் அவ்வப்போது செப்பனிடாமற் போனால் அவை சிதைந்து அழிந்துவிடும். கடியலூர் உருத்திரங் கண்ணனார் என்னும் சங்கப் புலவர், இடிந்து சிதைந்துபோன செங்கற் கட்டிடக் கோயில் ஒன்றைக் கூறுகிறார். அச் செய்யுள் பகுதி இது:

"இட்டிகை நெடுஞ்சுவர் விட்டம் வீழ்ந்தென
மணிப்புறாத் துறந்த மரஞ்சோர் மாடத்து
எழுதணி கடவுள் போகலிற் புல்லென்று
ஒழுகுபலி மறந்த மெழுகாப் புன்றிணை"

(அகநானூறு 167. கடியலூர் உருத்திரங் கண்ணனார் பாடியது.)

கடைச் சங்க காலத்தின் பிறகு இருந்த சோழன் செங்கணான், சிவபெருமானுக்கும் திருமாலுக்கும் ஆக எழுபதுக்கு மேற்பட்ட கோயில்களைக் கட்டினான். இதனை,

"இருக்கிலங்கு திருமொழிவாய் எண்டோளீசற்கு
எழில்மாடம் எழுபது செய்துலக மாண்ட
திருக்குலத்து வளச் சோழன் ...."

என்று செங்கட் சோழனைப்பற்றித் திருமங்கையாழ்வார் கூறுவதிலிருந்து அறியலாம். மேலும்,

"பெருக்காறு சடைக்கணிந்த பெம்மான் சேரும்
பெருங்கோயில் எழுபதினோ டெட்டும் மற்றும்"

(திருஅடைவு திருத்தாண்டகம் 5.)

என்று திருநாவுக்கரசர் கூறுவதும் சோழன் செங்கணான் அமைத்த பெருங்கோயில்களேயாகும். சோழன் செங்கணான் அமைத்த பெருங்கோயில்கள் எழுபத்தெட்டும் செங்கற் கட்டிடங்களே. ஏனென்றால், கற்றளிகள் - அதாவது கருங்கற் கட்டிடங்கள் கட்டும் முறை, அக்காலத்தில் ஏற்படவில்லை. செங்கற் கட்டிடங்கள் ஆகையினாலே அவை இரண்டு மூன்று நூற்றாண்டுகளுக்குமேல் நிலை பெற்றிருக்க இடமில்லை.

குகைக் கோயில்கள்

கி.பி. 7-ஆம் நூற்றாண்டின் தொடக்கத்தில் தொண்டை நாட்டையும் சோழ நாட்டையும் மகேந்திரவர்மன் என்னும் பல்லவ அரசன் அரசாண்டான். இவன் ஏறக்குறைய கி.பி. 600 முதல் 630 வரையில் ஆட்சி செய்தான். இவன் காலத்தில் திருநாவுக்கரசு சுவாமிகள் இருந்தார். இவ்வரசன் கோயில் கட்டிட அமைப்பில் புதிய முறையை ஏற்படுத்தினான். பெரிய கற்பாறைகளைக் குடைந்து அழகான "குகைக் கோயில்"களை (பாறைக் கோயில்களை) அமைத்தான். பாறையைச் செதுக்கித் தூண்களையும் முன் மண்டபத்தையும் அதற்குள் கருவறையையும் (கருப்பக் கிருகத்தையும்) அமைக்கும் புத்தம் புதிய முறையை இவன் உண்டாக்கினான்.

மகேந்திரவர்மன் கற்பாறைகளைக் குடைந்து அமைத்த குகைக் கோயில்களில் ஒன்று மண்டகப்பட்டு என்னும் ஊரில் இருக்கிறது. இவ்வூர், தென்ஆர்க்காடு மாவட்டத்தில் விழுப்புரம் தாலுகாவில் உள்ள விழுப்புரம் இரயில் நிலையத்திலிருந்து, வடமேற்கே 13-மைல் தூரத்தில் இருக்கிறது. இவ்வூருக்கு மேற்கில் 1/2 மைல் தூரத்தில் சிறு பாறைக் குன்றின் வடக்குப் பக்கத்தில் இந்தக் குகைக் கோயில் அமைந் திருக்கிறது. இக்குகைக் கோயிலில் இருக்கிற வடமொழிச் சாசனம் ஒன்று இவ்வாறு கூறுகிறது:

“செங்கல், சுண்ணம், மரம், உலோகம் முதலியவை இல்லாமலே பிரம ஈசுவர விஷ்ணுக்களுக்கு விசித்திர சித்தன் என்னும் அரசனால் இக்கோயில் அமைக்கப்பட்டது.”

இந்தச் சாசனத்தின் கருத்து என்னவென்றால், செங்கல், சுண்ணாம்பு, மரம், உலோகம் முதலியவற்றைக் கொண்டு கோயில் கட்டிடங்களை அமைக்கும் பழைய முறையை மாற்றி, அப்பொருள்கள் இல்லாமலே மும் மூர்த்திகளுக்குப் பாறையில் கோயில் அமைத்தான் விசித்திர சித்தன் (விசித்திர சித்தன் என்பது மகேந்திரவர்மனுடைய சிறப்புப் பெயராகும்) என்னும் அரசன்.

மகேந்திரவர்மன் காலத்துக்கு முன்னே, நமது நாட்டுக் கோயில் கட்டிடங்கள் செங்கல், சுண்ணம், மரம், உலோகம் முதலிய பொருள் களைக்கொண்டு உண்டாக்கப்பட்டன என்பதும், இவ்வரசன் காலத்தில்தான் பாறைகளைச் செதுக்கி உண்டாக்கப்படும் குகைக் கோயில்கள் புதிதாகச் சமைக்கப்பட்டன என்பதும் இதனால் தெரிகிறது.

குகைக் கோயிலை அமைக்கும் புதிய முறையை ஏற்படுத்திக் கட்டிடக் கலையில் ஒரு புரட்சியை உண்டாக்கிய மகேந்திரவர்மன், பல குகைக் கோயில்களை அமைத்திருக்கிறான். சென்னைக்கு அடுத்த பல்லாவரத்திலும், காஞ்சீபுரத்துக்கு அடுத்த பல்லாவரத்திலும், திருச்சிராப்பள்ளி மலையிலும், மண்டகப்பட்டு, மகேந்திரவாடி, சீயமங்கலம், மேலைச்சேரி, வல்லம், மாமண்டூர், தளவானூர், சித்தன்ன வாசல் முதலிய ஊர்களிலும் இவ்வரசன் அமைத்த குகைக்கோயில்கள் உள்ளன. (இந்நூலாசிரியர் எழுதியுள்ள மகேந்திரவர்மன் என்னும் நூலை காண்க.)

மகேந்திரவர்மனுக்குப் பிறகு, அவன் மகன் மாமல்லனான நரசிம்மவர்மனும், அவனுக்குப் பின்னர் பரமேசுவரவர்மன் முதலியவர் களும் மாமல்லபுரம் (மகாபலிபுரம்), சாளுவன் குப்பம் முதலிய இடங்களில் குகைக் கோயில்களையும் “இரதக்” கோயில்களையும் பாறைகளில் அமைத்திருந்தார்கள்.

கருங்கற் பாறைகளைக் குடைந்து அமைக்கப்பட்ட இக்குகைக் கோயில்களில், மரத்தில் செய்யப்பட்ட மரவேலை போன்ற சில அமைப்புகள் காணப்படுகின்றன. இந்த அமைப்புகள், பண்டைக் காலத்தில் மரங்களினால் கோயில்கள் கட்டப்பட்டன என்பதைக் காட்டுகின்றன.

கற்றளிகள்

கி.பி. 7-ஆம் நூற்றாண்டின் இறுதியில் அரசாண்ட இரண்டாம் நரசிம்மவர்மன் ஆன இராஜசிம்மன் காலத்தில் கற்றளி அமைக்கும் முறை ஏற்பட்டது. கற்றளி என்றால் கற்கோயில் என்பது பொருள். கருங்கற்களை ஒன்றின்மேல் ஒன்றாக அடுக்கிக் கட்டப்படும் கோயில் கட்டிடங்களுக்குக் கற்றளி என்பது பெயர். சுண்ணம் சேர்க்காமலே இக் கட்டிடங்கள் அமைக்கப்பட்டன.

மகாபலிபுரத்தில் கடற்கரையோரமாக உள்ள கற்றளியும், காஞ்சீபுரத்தில் கயிலாசநாதர் கோயில் என்று இப்போது பெயர் வழங்கப்படும் இராஜசிம்மேச்சரம் என்னும் கற்றளியும், பனமலை என்னும் ஊரிலுள்ள கற்கோயிலும் முதன் முதல் அமைக்கப்பட்ட கற்றளிகளாகும். இக் கற்றளிகள் உண்டாக்கப்பட்டு ஏறக்குறைய 1200 ஆண்டுகளாகியும் அவை இப்போதும் உள்ளன.

செங்கற் கோயில்களைவிட கற்றளிகள் பல காலம் நிலை நிற்பவை. ஆகையினாலே, கி.பி. 8-ஆம் நூற்றாண்டின் தொடக்கத்திலிருந்து பல அரசர்கள் கட்டிய கோயில்களில் பெரும்பாலனவும் கற்றளிகளே. கி.பி. 10-ஆம் நூற்றாண்டில் சோழர்கள் பல்லவ அரசரை வென்று சிறப்படைந்தார்கள். இச் சோழர்களுக்குப் பிற்காலச் சோழர் என்பது பெயர். இச் சோழர்கள் புதிதாகப் பல கோயில்களைக் கற்றளியாகக் கட்டினார்கள். மேலும், பழைய செங்கற் கட்டிடக் கோயில்களை இடித்துவிட்டு அக்கோயில்களைக் கற்றளியாகக் கட்டினார்கள். இச்செய்திகளை நாம் சாசனங்களிலிருந்து தெரிந்துகொள்கிறோம்.

இதுவரையில் கோயில் கட்டிடங்களை எந்தெந்தப் பொருள்களால் அமைத்தார்கள் என்பதைக் கண்டோம். இனி, நமது நாட்டுக் கோயில் அமைப்புகளையும் அவற்றின் விதங்களைப் பற்றியும் ஆராய்வோம்.

மூன்றுவகைப் பிரிவுகள்

பாரத (இந்திய) நாட்டுக் கட்டிடங்களை மூன்று பெரும் பிரிவுகளாகப் பிரித்திருக்கிறார்கள். அவை நாகரம், வேசரம், திராவிடம் என்பன.

இவற்றில் நாகரம் என்பது வட இந்திய கட்டிடக் கலை. இவை நருமதை ஆற்றுக்கு வடக்கே அமைக்கப்பட்டவை. அடி முதல் முடிவரையில் நான்கு பட்டையாக (சதுரமாக) அமைக்கப்படுவது இது. இது தமிழ்நாட்டில் இடம்பெறவில்லை. ஆகவே, இது நமது ஆராய்ச்சிக்கு உட்படவில்லை.

இரண்டாவதான வேசரம் என்னும் பெயருள்ள கட்டிடவகை, பண்டைக் காலத்தில் பெரிதும் பௌத்த மதத்தாரால் வளர்ச்சி யடைந்ததாகத் தோன்றுகிறது. இந்த வேசரக் கட்டிடங்கள், தரை அமைப்பிலும் (Plan), உடல் (கட்டிட) அமைப்பிலும், விமான (கூரை) அமைப்பிலும் வட்டவடிவமாக அல்லது நீண்ட அரைவட்ட வடிவமாக இருக்கும். இந்தக் கட்டிட அமைப்பு முறை, தமிழ்நாட்டுக் கோயில் கட்டிட அமைப்பு சிலவற்றில் இடம் பெற்றுள்ளன. இதைப் பற்றிப் பின்னர் அதற்குரிய இடத்தில் கூறுவோம்.

மூன்றாவது பிரிவான திராவிடம் என்னும் பிரிவு தென் இந்திய கோயில் கட்டிடங்களாகும். இவை வடக்கே கிருஷ்ணா நதி முதல் தெற்கே கன்னியாகுமரி வரையில் காணப்படுகின்றன. திராவிடக் கோயில் கட்டிட வகையில் தமிழர், சாளுக்கியர், ஹொய்சாளர் முதலிய பிரிவுகள் உள்ளன. இந்த உட்பிரிவுகளை விடுத்து தமிழ்நாட்டுக் கோயில்களை மட்டும் ஆராய்வோம். தமிழ்நாட்டுக் கோயில்களிலும் பல்லவர் காலத்துக் கோயில்கள், (பிற்காலச்) சோழர் காலத்துக் கோயில்கள், பாண்டியர் காலத்துக் கோயில்கள், விஜயநகர அரசர் காலத்துக் கோயில்கள் என்று உட்பிரிவுகள் உள்ளன. அப்பிரிவுகளைத் தூண்கள், கூடுகள் முதலிய அமைப்புகளிலிருந்து கண்டு கொள்ளலாம். நாம் இங்கு ஆராயப்புகுவது எல்லாம் தமிழ் நாட்டுக் கோயில்களைப் பற்றிய பொதுவான அமைப்புப் பற்றிய மேல்போக்கான செய்தி களேயாகும்.

கோயில்களின் தரையமைப்பு

பொதுவாகப் பெருமாள் கோயிலும் சிவன் கோயிலும் எப்போதும் கிழக்கு அல்லது மேற்கு நோக்கியிருக்கும். சில கோயில்கள் தெற்கு நோக்கியும் இருப்பதுண்டு. பொதுவாகக் கிழக்கு அல்லது மேற்கு நோக்கியே கோயில்களை அமைப்பது வழக்கம்.

கோயில் கட்டிடத்தின் தரையமைப்பு, கருவறையை (கருப்பக் கிருகத்தை)யும் அதன் முன்புறத்தில் சிறு மண்டபத்தையும் உடையது. கருப்பக்கிருகத்தைச் சார்ந்த மண்டபத்திற்கு அர்த்த மண்டபம் என்பது பெயர். கருவறை (கருப்பக் கிருகம்) பெரும்பாலும் சதுரமான அமைப்புடையது. சில கருவறைகள் நீண்ட சதுரமாக இருப்பதும் உண்டு. சில கருவறைகள் நீண்ட அரை வட்டமாக அமைந்திருக்கும். மிகச் சில வட்ட வடிவமாக இருக்கும்.

காஞ்சீபுரத்துக் கயிலாசநாதர் கோயிலிலும், பனமலைக் கோயிலிலும், கருவறையைச் சார்ந்து வேறுசில கருவறைகளும்

அமைக்கப்பட்டுள்ளன. இவை இரண்டும் விதிவிலக்காக, அபூர்வமாக ஏற்பட்டவை.

பல்லவ அரசர் காலம் வரையில், கருவறையும் அர்த்த மண்டபமும் ஆகிய கட்டிடங்களே அமைக்கப்பட்டன. இவற்றைச் சூழ்ந்து வேறு மண்டபங்கள் அமைக்கப்படவில்லை.

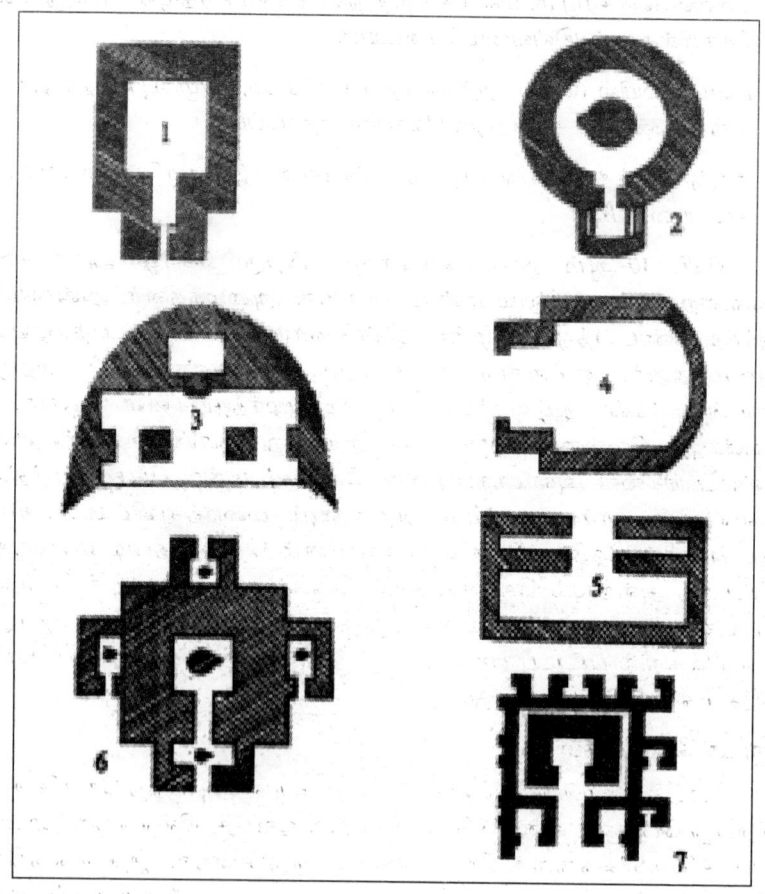

கருவறைகளின் தரையமைப்பு

1. சதுர அமைப்பு; கருவறையும் அர்த்தமண்டபமும்.
2. வட்டமான அமைப்பு; காஞ்சீபுரத்துச் சுரஹரீசுவரர் கோயிலும், புதுக்கோட்டையைச் சேர்ந்த நார்த்தாமலை, மேல்மலையில் உள்ள விஜயாலய சோழீசுரமும் இவ்வமைப்புடையன.

3. பல்லவர் காலத்துக் குகைக்கோயிலின் தரையமைப்பு; சித்தன்ன வாசல்.
4. நீண்ட அறைவட்டம்; யானைக் கோயில் அமைப்பு.
5. நீண்ட சதுரம்; காஞ்சி கயிலாசநாதர் கோயிலில் உள்ள மகேந்திரப் பல்லவவேச்சுரமும், மகாபலிபுரத்துக் "கணேச ரதமும்" வேறு சில கோயில்களும் இவ்வமைப்புடையன.
6. பனமலையில் (தென் ஆர்க்காடு மாவட்டம், விழுப்புரம் தாலுகா) உள்ள பல்லவர் காலத்துக் கோயில் அமைப்பு.
7. காஞ்சீபுரத்துக் கயிலாசநாதர் கோயில் (இராஜசிம்மேசுவரம்) தரையமைப்பு.

கி.பி. 10-ஆம் நூற்றாண்டிற்குப் பிறகு, சோழ அரசர்கள் கருவறையைச் சுற்றிலும் மண்டபங்களை அமைத்தனர். அன்றியும் அர்த்த மண்டபத்துக்கு முன்பு, இன்னொரு மகா மண்டபத்தையும் அமைத்தனர். ஏனென்றால் 10-ஆம் நூற்றாண்டுக்குப் பிறகு, நாயன்மார்கள் ஆழ்வார்கள் முதலிய மூர்த்தங்களை அமைக்க வேண்டிய நிலைமை ஏற்பட்டது. இவ்வாறு கோயிலைச் சுற்றிலும் மண்டபங்களை அமைத்தபடியினாலே அம் மண்டபங்கள், மத்திய கோயிலின் பார்வையையும் அழகையும் மறைத்துவிட்டன. சில இடங்களில் மத்திய கோயிலின் விமானம் தெரியாதபடி மறைத்து விட்டன. அன்றியும், கோவிலுக்குள் வெளிச்சம் புகாதபடிச் செய்து, பட்டப் பகலிலும் கோயிலில் இருள் நிறைந்துவிட்டது! நமது கோயில்களில் பட்டப் பகலிலும் இருள் சூழ்ந்திருப்பதன் காரணம், இந்த மண்டபங்களே, ஆகும்.

மாடக் கோயில்கள்

மாடக் கோயில்கள் என்றால், மாடிபோல் அமைந்த கோயில்கள் என்பது பொருள். ஒன்றின்மேல் ஒன்றாக ஒன்பது நிலைகளையுடைய மாடக்கோயில்களைச் சிற்ப நூல்கள் கூறுகின்றன. இக்காலத்தில் இரண்டு நிலை, மூன்று நிலையுள்ள மாடக் கோயில்கள்தான் இருக்கின்றன. மாடக் கோயில்கள், பல்லவர் காலத்துக்கு முன்பே, அதாவது கி.பி. 6-ஆம் நூற்றாண்டுக்கு முன்னரே இருந்தன. ஆனால், அக்காலத்து மாடக்கோயில்கள் செங்கல்லினால் அமைக்கப்பட்டவை. ஆகவே, அவை இக்காலத்தில் நிலைபெற்றிருக்கவில்லை. அக்காலத்திலேயே அழிந்து விட்டன.

சீர்காழிக்குக் கிழக்கே ஐந்து மைலில் உள்ள திருநாங்கூர் திருமணி மாடக் கோயிலைத் திருமங்கை ஆழ்வார் தமது பெரிய திருமொழியில் கூறுகிறார். இன்னொரு மாடக் கோயிலாகிய திருநறையூர் மாடக் கோயிலையும் திருமங்கை ஆழ்வார் குறிப்பிடுகிறார். அதனைச் சோழன் செங்கணான் கட்டியதாகவும் கூறுகிறார்.

> "செம்பியன் கோச் செங்கணான் சேர்ந்த கோயில்
> திருநறையூர் மணிமாடம் சேர்மின்களே."

என்று அவர் கூறியது காண்க. திருநறையூருக்கு இப்போது நாச்சியார் கோயில் என்று பெயர் கூறுகிறார்கள்.

திருவைகல் என்னும் ஊரில் இருந்த ஒரு மாடக்கோயிலைத் திருஞானசம்பந்தர் கூறுகிறார். திருவைகல் மாடக்கோயில் என்பதே அக் கோயிலின் பெயராக இருந்தது. அதனைக் கட்டியவரும் செங்கட் சோழன் என்று ஞானசம்பந்தர் தமது தேவாரத்தில் கூறுகிறார்.

இந்த மாடக் கோயில்களைச் சோழன் செங்கணான் கட்டியதாக ஆழ்வாரும் நாயனாரும் கூறுகிறபடியினாலே இவை கி.பி. 7-ஆம் நூற்றாண்டுக்கு முன்னே கட்டப்பட்டவை என்றும், இவை செங்கல்லினால் கட்டப்பட்டவை என்றும் தெரிகின்றன. ஆனால், இந்த மாடக் கோயில்கள் எத்தனை நிலையை (மாடிகளைக்) கொண்டிருந்தன என்பது தெரியவில்லை. மூன்று நிலை மாடக் கோயில்களாகத்தான் இருந்திருக்க வேண்டும்.

மாமல்லபுரத்து மாடக் கோயில்கள்

கி.பி. 7-ஆம் நூற்றாண்டுக்கு முன்னர் இருந்த செங்கற் கட்டிடங்களாலான மாடக் கோயில்களின் மாதிரியைப் பல்லவ அரசனான நரசிம்மவர்மன் (மாமல்லன்) மாமல்லபுரமாகிய மகாபலிபுரத்திலே கருங்கல்லினால் அமைத்திருக்கிறான். அவை இரண்டு நிலை, மூன்று நிலையுள்ள மாடக் கோயில்களின் மாதிரி (Model) ஆகும்.

அர்ச்சுனன் இரதம் என்று இப்போது தவறாகப் பெயர் வழங்கப்படுகிற கோயில், இரண்டு நிலை (இரண்டடுக்கு) மாடக் கோயிலின் அமைப்பு ஆகும். தருமராஜ இரதம் என்று தவறாகப் பெயர் வழங்குகிற இன்னொரு மாடக்கோயில், மூன்று நிலையுள்ள மாடக் கோயிலின் அமைப்பு ஆகும். (தருமராஜ இரதம் என்பதற்குப் பழைய பெயர் அத்யந்த காம பல்லவேச்சுரம் என்பது) சகாதேவ இரதம் என்பதும் மூன்று நிலையுடைய மாடக்கோயிலின் அமைப்பு ஆகும்.

இந்த மாடக் கோயிலின் அமைப்பைக் கருங்கற் பாறையில் அமைத்த காலம் கி.பி. 7-ஆம் நூற்றாண்டின் மத்திய காலம் ஆம். இவை பழைய செங்கற் கட்டிடங்களாலாய மாடக் கோயில்களின் மாதிரி உருவ அமைப்பாகும்.

வேறு மாடக்கோயில்கள்

கற்றளியாக அமைக்கப்பட்டு இப்போதும் வழிபாட்டில் உள்ள மாடக் கோயில்கள் இரண்டு உள்ளன. அவை காஞ்சீபுரத்தில் உள்ள பரமேச்சுர விண்ணகரமும், உத்திரமேரூர் சுந்தரவரதப் பெருமாள் ஆலயமும் ஆகும். காஞ்சீபுரத்துப் பரமேச்சுர விண்ணகரத்தை இப்போது வைகுண்டப் பெருமாள் கோயில் என்று கூறுவார்கள். இக் கோயிலைப் பரமேசுவரவர்மன் என்னும் பல்லவ அரசன் கி.பி. 8-ஆம் நூற்றாண்டின் தொடக்கத்தில் கட்டினான். இதனைத் திருமங்கை யாழ்வார் பாடியிருக்கிறார். இது மூன்று நிலையுள்ள மாடக்கோயில். ஆனால், இரண்டாவது மாடிக்கு மட்டும் படிகள் உள்ளன; மூன்றாவது மாடிக்குப் படிகள் இல்லை. பண்டைக் காலத்தில் மரப்படிகள் அமைந்திருந்தன போலும். இப்போது மரப்படிகளும் இல்லை. இது மூன்று நிலை மாடக்கோயில் ஆகும்.

உத்திரமேரூர் மாடக் கோயிலும் மூன்று நிலை மாடக் கோயிலாகும். இதனைக் கட்டியவன் நந்திவர்மப் பல்லவமல்லன் என்னும் பல்லவ அரசன். இவன் கி.பி. 717 முதல் 779 வரையில் அரசாண்டான். எனவே, இக்கோயில் கி.பி. 8-ஆம் நூற்றாண்டின் இடைப்பகுதியில் கட்டப்பட்டதாகும். இக் கோயிலைக் கட்டிய பல்லவனுடைய உருவச் சிற்பமும் இக் கோயிலில் இருக்கிறது.

கோயில் அமைப்பும் உறுப்புகளும்

கோயில் கட்டிட அமைப்பைப் பற்றியும் அவற்றின் உறுப்புக் களைப் பற்றியும் ஆகம நூல்களிலும் சிற்ப சாஸ்திரங்களிலும் விரிவாகக் கூறப்பட்டுள்ளன. இந்நூலில் கட்டிடக் கலையின் பொதுவான செய்திகளை மேலோட்டமாகக் கூறுகிறபடியால், அவற்றைப் பற்றிய விரிவான செய்திகளை இங்குக் கூறவில்லை. முக்கியமான சிலவற்றைச் சுருக்கமாகக் கூறுவோம்.

கோயில் கட்டிடத்தில் ஆறு உறுப்புகள் உண்டு. அவையாவன:- 1. அடி 2. உடல் 3. தோள் 4. கழுத்து 5. தலை 6. முடி.

இந்தப் பெயர்களுக்குச் சிற்ப நூலில் வேறு பெயர்கள் கூறப்படுகின்றன. அப் பெயர்களாவன:- 1. அதிஷ்டானம், 2, பாரதம், 3. மஞ்சம், 4, கண்டம், 5. பண்டிகை, 6. ஸ்தூபி. இவற்றை விளக்குவோம்.

1. அடி அல்லது தரை அமைப்பு. இதற்கு அதிஷ்டானம், மசூரகம், ஆதாரம், தலம், பூமி முதலிய பெயர்கள் உண்டு.

2. உடல் அல்லது கருவறை. இதற்குக் கால், பாதம், ஸ்தம்பம், கம்பம் முதலிய பெயர்கள் சிற்ப நூலில் கூறப்படுகின்றன: இப் பெயர்கள் கருவறையின் சுவர்களைக் குறிக்கின்றன.

3. தோள் அல்லது தளவரிசை. இதற்குப் பிரஸ்தரம், மஞ்சம், கபோதம் முதலிய பெயர்கள் உள்ளன.

4. கழுத்து. இதற்குக் கண்டம், களம், கர்ணம் முதலிய பெயர்கள் உண்டு.

5. தலை அல்லது கூரை. இதற்குப் பண்டிகை, சிகரம், மஸ்தகம், சிரம் முதலிய பெயர்கள் உள்ளன.

6. முடி அல்லது கலசம். இதற்கு ஸ்தூபி, சிகை, சூளம் முதலிய பெயர்கள் உண்டு (படம் காண்க).

கோயில் கட்டிடத்தில் அமைய வேண்டிய இந்த ஆறு உறுப்புகளுக்கும் சில அளவுகள் உள்ளன. அந்த அளவுகளையெல்லாம் தீர ஆராய வேண்டியதில்லை. ஆனால், பொதுவான அளவை மட்டும் தெரிந்துகொள்வோம். அந்த அளவுகளாவன:

1. அடி அல்லது அதிஷ்டானத்தின் உயரம் 1 பங்கு.

2. உடல் அல்லது பாதத்தின் உயரம் 2 பங்கு.

3. தோள் அல்லது மஞ்சத்தின் உயரம் 1 பங்கு.

4. கழுத்து அல்லது கண்டத்தின் உயரம் 1 பங்கு.

5. தலை அல்லது பண்டிகையின் உயரம் 2 பங்கு.

6. முடி அல்லது ஸ்தூபியின் உயரம் 1 பங்கு.

இந்த அளவு ஒரு நிலையையுடைய சாதாரணக் கோயில்களுக் காகும். இதுவன்றி வேறு சில அளவுகளும் ஒரு நிலைக் கோயிலுக்கு உண்டு.

இரண்டு நிலைக்கோயிலின் அமைப்பு 1. தரை, 2. சுவர், 3. தளவரிசை, 4. சுவர், 5. தளவரிசை, 6. கழுத்து, 7. கூரை, 8. கலசம் என அமையும்.

மூன்று நிலை மாடக் கோயிலின் அமைப்பு: 1. தரை, 2. சுவர், 3. தளவரிசை, 4. சுவர், 5. தளவரிசை, 6. சுவர், 7. தளவரிசை, 8. கழுத்து, 9. கூரை, 10. கலசம் என இவ்வாறு அமையும். கோயில் கட்டிடத்தின் பல்வேறு அமைப்புக்களைச் சிற்ப நூலில் கண்டு கொள்க.

கோயில் கட்டிடங்கள் கட்டப்படும் பொருள்களைக் கொண்டு அவை மூன்று பெயர்களைப் பெறுகின்றன. அவை சுத்தம், மிஸ்ரம், சங்கீர்ணம் என்பன. முழுவதும் மரத்தினாலோ செங்கல்லினாலோ அல்லது கருங்கல்லினாலோ கட்டப்பட்ட கோயில்களுக்குச் சுத்த கட்டிடம் என்றும், இரண்டு பொருள்களைக் கலந்து அமைக்கப்பட்ட கோயில்களுக்கு மிஸ்ர கட்டிடம் என்றும், இரண்டிற்கு மேற்பட்ட பொருள்களால் கட்டப்பட்ட கோயில்களுக்குச் சங்கீர்ணம் என்றும் பெயர்கள் கூறப்படுகின்றன.

கோயிலின் வகைகள்

திராவிடக் கோயில் கட்டிடங்களின் (தலையின்) கூரையின் அமைப்பைக்கொண்டு அவைகளுக்கு வெவ்வேறு பெயர்களைக் கூறுகிறார்கள். திருநாவுக்கரசு சுவாமிகள் தமது திரு அடைவு திருத்தாண்டகத்தின் 5-ஆம் செய்யுளில், கோயில் கட்டிட வகைகளின் பெயர்களைக் கூறுகிறார். அச்செய்யுள் இது.

> "பெருக்காறு சடைக்கணிந்த பெருமான் சேரும்
> பெருங்கோயில் எழுபதினோ டெட்டும் மற்றும்
> கரக்கோயில் கடிபொழில் சூழ் ஞாழற் கோயில்
> கருப்பறியற் பொருப்பனைய கொகுடிக் கோயில்
> இருக்கோதி மறையவர்கள் வழிபட்டேத்தும்
> இளங்கோயில் மணிக்கோயில் ஆலக்கோயில்
> திருக்கோயில் சிவனுறையும் கோயில் சூழ்ந்து
> தாழ்ந்திறைஞ்சத் தீவினைகள் தீருமன்றே"

இப்பாடலிலே, சோழன் செங்கணான் கட்டிய எழுபத்தெட்டு கோயில்களைக் கூறிய பின்னர், கரக்கோயில், ஞாழற் கோயில்,

கொகுடிக் கோயில், இளங்கோயில், மணிக்கோயில், ஆலக்கோயில் என்று ஆறு வகையான கோயில்களைக் கூறுகிறார்.

சிற்ப நூல்கள் விஜயம், ஸ்ரீபோகம், ஸ்ரீவிலாசம், ஸ்கந்த காந்தம், ஸ்ரீகரம், ஹஸ்திபிருஷ்டம், கேசரம் என்னும் ஏழுவிதமான கோயில்களைக் கூறுகின்றன. காமிகாகமமும் இப்பெயர்களைக் கூறுகிறது.

திருநாவுக்கரசு சுவாமிகள் தமிழ்ப் பெயரால் கூறுகிறதையே சிற்ப நூல்கள் வடமொழிப் பெயரினால் கூறுகின்றன. பெயர் வேற்றுமையே தவிர பொருள் வேற்றுமையில்லை. எந்தெந்தக் கோயில்களுக்கு எந்தெந்தப் பெயர் என்பதற்குச் சிற்ப நூல்களில் விளக்கம் கூறப்படுகின்றன. ஆனால், திருநாவுக்கரசர் கூறுகிற பெயர்களுக்கு விளக்கம் இப்போது தெரியாதபடியினாலே, அவை எந்தெந்தக் கோயிலின் பெயர்கள் என்பது தெரியவில்லை. இதைக் கண்டறிய வேண்டியது நமது நாட்டுச் சிற்பக் கலைஞர்களின் கடமையாகும். ஆயினும், எம்மால் இயன்ற அளவு இதனை ஆராய்வோம்.

ஆலக்கோயில்

முதலில், ஆலக்கோயில் என்று திருநாவுக்கரசர் கூறிய கோயிலை ஆராய்வோம். ஆலக்கோயில் என்பது ஆனைக்கோயில் என்பதன் மரூஉ. சிலர் ஆலமரத்தினால் கட்டப்பட்ட கோயில் என்று கருதுகிறார்கள். இது தவறு, ஆலமரம், கட்டிடம் கட்டுவதற்கு ஏற்ற உறுதியான மரம் அல்ல. அதனால் கட்டிடம் கட்டும் வழக்கம் இல்லை. வேறு சிலர்,

ஆலமரத்தின் கீழ் அமைந்த கோயில் என்று கருதுகிறார்கள். இதுவும் தவறு. ஆலக்கோயில் என்பது கோயில் கட்டிட வகைகளில் ஒன்றென்பது தெளிவானது. ஆலக்கோயில் கட்டிடம், மேலே கூறியது போல ஆனைக்கோயில் வடிவமாக இருக்கும். சிற்ப சாத்திரங்களில் இக்கோயில் கஜபிருஷ்ட விமானக் கோயில் என்றும், ஹஸ்தி பிருஷ்டவிமானக் கோவில் என்றும் கூறப்படுகிறது. கஜம், ஹஸ்தி என்னும் சொற்களுக்கு யானை என்பது பொருள். யானையின் முதுகுபோன்று இந்தக் கோயிலின் கூரை அமைந்திருப்பதனால் இதற்கு இப்பெயர் ஏற்பட்டது. தமிழிலே இது யானைக் கோயில் என்று வழங்கப்பட்டுப் பிறகு ஆலக்கோயில் என்று மருவிற்று. இதைப் பற்றி இந்நூலாசிரியர் எழுதியுள்ள ஆனைக் கோயில்கள் என்னும் நூலில் விளக்கமாகக் காணலாம்.

திருவெற்றியூர், வடதிருமுல்லைவாயில், திருவேற்காடு, திருக்கழுக் குன்றத்து பக்தவத்சல ஈசுவரர் கோயில் முதலியவை ஆலக்கோயில் எனப்படும் கஜபிருஷ்ட விமானக் கோயில்கள் ஆகும். மகாபலிபுரத்துச் சகாதேவரதம் என்னும் கோயிலும் மூன்று நிலையுள்ள மாடக் கோயிலாக அமைந்த ஆலக்கோயிலாகும்.

இளங்கோயில்

இளங்கோயில், சிலர் இதனைப் பாலாலயம் என்று கூறுவர். பழைய கோயிலைப் புதுப்பிக்கிறபோது, கோயில் திருப்பணி முடிகிற வரையில், அக்கோயில் மூல விக்கிரகத்தைத் தற்காலிகமாக அமைக்கப் பட்ட சிறு கட்டிடத்தில் வைத்திருப்பார்கள். இந்தத் தற்காலிகமான ஆலயத்திற்குப் பாலாலயம் என்பது பெயர். ஆனால், திருநாவுக்கரசு கூறுகிற இளங்கோயில் பாலாலயம் அல்ல. கோயில் கட்டிட

வகைகளில் ஒன்றைத்தான் இளங்கோயில் என்று கூறுகிறார். சிலர், இளங்கோயில் என்பது முருகன் கோயிலுக்குப் பெயர் என்று கூறுவர். இதுவும் சரியன்று.

இளங்கோயில் பற்றித் தேவாரத்திலும் சாசனங்களிலும் கூறப்படுகிறது. சோழநாட்டு மீயச்சூர் கோயில் இளங்கோயில் என்று அப்பர் சுவாமிகள் கூறுகிறார். மீயச்சூர் என்பது இப்போது பேரளம் என்று வழங்கப்படுகிறது. "கடம்பூர் இளங்கோயிலும் கயிலாய நாதனையே காணலாமே" என்று கூறுகிறார். ஆகவே, கடம்பூர் கோயிலும் இளங்கோயில் எனத் தெரிகிறது. (கடம்பூர் கோயிலில் கரக்கோயிலும் உண்டு. கடம்பூர் கரக் கோயிலைத் திருநாவுக்கரசரே வேறு இடத்தில் கூறுகிறார். கடம்பூர் கோயிலிலே கரக்கோயில், இளங்கோயில் என்னும் இரண்டு வகையான கட்டிடங்களும் உள்ளன.)

பூதத்தாழ்வார் தமது இரண்டாந்திருவந்தாதியில் வெள்ளத்திளங் கோயிலைக் கூறுகிறார். இராஜராஜன் I காலத்துச் சாசனம் ஒன்று கடம்பூர் இளங்கோயிலைக் குறிப்பிடுகிறது. (S.I.I. Vol.II No.66) திருச்சி மாவட்டம் குளித்தலை தாலுகா இரத்தினகிரி என்னும் ஊரில் உள்ள சாசனம், பாண்டியன் ஜடாவர்மன் ஆன திரிபுவன சக்கரவர்த்தி சுந்தர பாண்டிய தேவர் I (கி.பி. 1254 - 1264) காலத்தில் எழுதப்பட்டது. இதில், திருவாலீசுரமுடைய நாயனார், திருக்கயிலாயமுடைய நாயனார் என்னும் இரண்டு கோயில்களும் இளங்கோயில்கள் என்று கூறப்படுகின்றன (172 of 1914).

சித்தூர் மாவட்டம் சந்திரகிரி தாலுகா திருச்சோகினூரில் இருந்த ஒரு கோயில் இளங்கோயில் என்று பெயர் பெற்றிருந்தது. இக் கோயிலில் இருந்த கடவுளுக்குத் திரு இளங்கோயில் பெருமானடிகள் என்று பெயர் இருந்தது (368 of 1908; S.I.I. Vol. XII, N.43). இக்கோயில் சில காலத்துக்கு முன்னர் இடிக்கப்பட்டது.

நெல்லூர் மாவட்டம் நெல்லூரில் உள்ள ஒரு வடமொழிச் சாசனம் எளங்கோயில் ஒன்றைக் கூறுகிறது. இளங்கோயிலைத்தான் இந்த வடமொழிச் சாசனம் எளங்கோயில் என்று கூறுகிறது (Epi. Indi.Vol. III P. 136146). சிலர் கருதுவது போல் இளங்கோயில் பாலாலயமாக இருந்தால் இந்த வடமொழிச் சாசனம் வட மொழிச் சொல்லாகிய பாலாலயம் என்பதையே கூறியிருக்கும். ஆனால், இளங்கோயில் என்று கூறுகிறபடியால், இளங்கோயில் பாலாலயம் அன்று என்பதும், கோயில் அமைப்பில் ஒருவகையானது என்றும் ஐயமறத் தெரிகிறது.

தமிழில் இளங்கோயில் என்று கூறப்படுவதும், சிற்ப நூல்களில் ஸ்ரீகரக் கோயில் என்று கூறப்படுவதும் ஒரே விதமான கட்டிடம் என்று தோன்றுகிறது. ஸ்ரீகரம் என்னும் கட்டிடம் நான்கு பட்டையான விமானத்தை (சிகரத்தை) உடையது என்று காமிகாகமமும் சிற்ப நூல்களும் கூறுகின்றன. மகாபலிபுரத்து திரௌபதையம்மன் இரதம் என்று இப்போது தவறாகப் பெயர் வழங்கப்படுகிற கொற்றவை கோயில் அமைப்பு, ஸ்ரீகரம் என்னும் அமைப்பையுடையது. இளங்கோயில் என்பதும் இதுவாக இருக்கக்கூடும்.

கரக்கோயில்

திருக்கடம்பூர் கோயில் அமைப்பு கரக்கோயில் அமைப்பு என்று திருநாவுக்கரசர் தமது தேவாரத்தில் கூறியிருக்கிறார். (திருக்கடம்பூர் கோயிலில் இளங்கோயிலும் ஒன்று உண்டு.) சுந்தரமூர்த்தி சுவாமிகளும் கடம்பூர் கரக் கோயிலைக் குறிப்பிடுகிறார். (திருக்கோத்திட்டையும் திருக்கோவலூரும், 5-ஆம் பாட்டு.)

கரக்கோயிலைக் கற்கோயில் என்னும் சொல்லின் திரிபு என்று சிலர் கருதுவது தவறு. கரக் கோயில் என்பது கோயில் வகையில் ஒரு விதத்தைக் குறிக்கிறது.

விஜயம் என்று சிற்ப நூல்கள் கூறுகிற கட்டிட அமைப்பு, கரக்கோயிலாக இருக்கக்கூடும் என்று தோன்றுகிறது. வட்டமான விமானத்தை (சிகரத்தை) உடைய கோயில் கட்டிடத்திற்கு விஜயம் என்று சிற்ப நூல்கள் பெயர் கூறுகின்றன.

ஞாழற் கோயில்

ஞாழற் கோயில் என்பதைக் குங்கும மரத்தினால் அமைக்கப் பட்ட கோயில் என்று சிலர் கூறுவர். இது தவறு. ஞாழல் என்று குங்கும மரத்திற்கும் பெயர் உண்டு. ஆனால், ஞாழல் மரத்தினால் அமைக்கப்பட்ட கோயிலுக்கு ஞாழற்கோயில் என்று கூறுவது தவறு. அப்படியானால், ஏனைய மரங்களினாலே அமைக்கப்பட்ட கோயில் களுக்கு அந்தந்த மரங்களின் பெயர் அமைய வேண்டுமல்லவா? அப்படிப் பெயர் இல்லாதபடியினாலே ஞாழல் மரத்தினாலே கட்டப்பட்டது என்று கூறுவது தவறு. ஞாழற் கோயில் என்பது கோயில் வகையில் ஒருவகையாகும்.

இந்தக் கோயிலின் அமைப்பு எப்படியிருக்கும் என்று இப்போது கண்டறிய முடியவில்லை.

கொகுடிக் கோயில்

கொகுடி என்பது ஒரு மரத்தின் பெயர் என்றும், அம் மரத்தினால் அமைக்கப்பட்ட கோயிலுக்குக் கொகுடிக் கோயில் என்று பெயர் உண்டாயிற்றென்றும் சிலர் கூறுவர். இதுவும் தவறு. "கருப்பறியல் பொருப்பனைய கொகுடிக் கோயில்" என்று கூறுகிறார் திருநாவுக்கரசர். சுந்தரரும் திருக்கருப்பறியலூர் பதிகத்தில் இக் கொகுடிக் கோயிலைக் குறிப்பிடுகிறார். ஞானசம்பந்தரும்,

> "குற்றமறியாத பெருமான் கொகுடிக் கோயிற்
> கற்றென விருப்பது கருப்பறிய லூரே."

என்று கூறுகிறார்.

இந்தக் கோயிலின் விமான (சிகர) அமைப்பு எப்படியிருந்த தென்று திட்டமாகச் சொல்வதற்கில்லை. ஆயினும் ஸ்ரீபோகம், ஸ்ரீவிசாலம் என்று சிற்ப நூல்கள் கூறுகிற கட்டிடங்களில் ஒன்றாகக் கொகுடிக் கோயில் இருக்கக்கூடும் என்று ஊகிக்கலாம். வட்டமான சிகரத்தையுடையது விஜயம் என்று பெயர் பெறும் என்பதை மேலே (கரக் கோயில்) கூறினோம். அந்த வட்டமான சிகரம் கர்ண கூடத்துடன் அமையப்பெற்றால் ஸ்ரீபோகம் எனப் பெயர் பெறும் என்றும் அதுவே நடுவில் பத்ரவரிசையுடன் கூடியதனால் ஸ்ரீவிசாலம் எனப் பெயர் பெறும் என்றும் காமிகாகமம் (ஏகபூமியாதிவிதி படலம்) கூறுகிறது. கொகுடிக் கோயில் என்பது ஸ்ரீபோகம், அல்லது ஸ்ரீவிசாலமாக இருக்கக்கூடும் என்று கருதலாம்.

மணிக்கோயில்

மணிக்கோயிலின் அமைப்பைப்பற்றியும் நமக்கு ஒன்றும் தெரியவில்லை. ஆயினும், எட்டுப் பட்டை அல்லது ஆறு பட்டையான சிகரத்தையுடைய கோயிலாக இருக்கக் கூடும் என்று யூகிக்கலாம். சிற்ப நூல்கள் ஸ்கந்த காந்தம் என்று கூறுகிற விமானக் கோயிலே மணிக் கோயில் என்று கருதுவது பொருத்தமாகத் தோன்றுகிறது.

எட்டுப் பட்டத்தையுடைய சிகரத்தையும் கழுத்தையும் உடையது ஸ்கந்தகாந்தம் என்று காமிகாகமம் கூறுகிறது. ஆறு பட்டத்தையுடைய சிகரத்தையும் கழுத்தையும் உடையது ஸ்கந்த காந்தம் என்று வேறு பாடபேதத்தையும் காமி காகமம் கூறுகிறது. (60-வது ஏகபூமியாதிவிதி படலம்).

நமது நாட்டில் ஆறுபட்டையுள்ள சிகரக் கோயில்கள் அதிகமாகக் காணப்படவில்லை. எட்டுப் பட்டையுள்ள சிகரக் கோயில்கள் அதிகமாகக் காணப்படுகின்றன. மணிக்கோயில் என்பது ஆறு, அல்லது எட்டுப்பட்டையான சிகரமுள்ள கோயிலாக இருக்கக் கூடும்.

திருநாவுக்கரசர் கூறிய கரக்கோயில்; ஞாழற் கோயில், கொகுடிக் கோயில், இளங்கோயில், மணிக்கோயில், ஆலக்கோயில் என்னும் கோயில் வகைகளையும், சிற்ப நூல்களில் வடமொழிப் பெயராகக் கூறப்படுகிற விஜயம், ஸ்ரீபோகம், ஸ்ரீவிசாலம், ஸ்கந்தகாந்தம், ஸ்ரீகரம், ஹஸ்திபிருஷ்டம் என்னும் கோயில் வகைகளையும் ஒருவாறு பொருத்திக் கூறினோம். இவற்றில் ஆலக் கோயிலும் ஹஸ்தி பிருஷ்டமும் ஒன்றே என்பதிலும், ஐயப்பாடு ஒன்றும் இல்லை. ஆனால் ஏனைய பொருத்தங்கள் என்னுடைய ஊகமேயொழிய முடிந்த முடிபு அல்ல. இவற்றைப் பற்றி சிற்ப சாஸ்திரிகள் ஆராய்ந்து முடிவு கூற வேண்டும்.

உயரமான கோயில்கள்

மிக உயரமான விமானத்தையுடையது தஞ்சாவூர் பெரிய கோயில். இராஜராஜ சோழன் I இதைக் கி. பி. 1000-இல் கட்டினான். இது 190 அடி உயரம் உள்ளது. இதைப் போன்ற அமைப்பும் உயரமும் உடையது, கங்கைகொண்ட சோழபுரத்தில் உள்ள கோயில். இது கி.பி. 1025-இல் கட்டப்பட்டது. மற்றொரு உயரமான கோயில் திரிபுவனத்துக் கம்பகரேஸ்வரர் கோயில். இவை சோழர்களால் கட்டப்பட்டன. இவையே மிக உயரமான கோயில்கள், பிற்காலத்துக் கோயில்கள் இவ்வளவு உயரமாகக் கட்டப்படவில்லை.

காலப் பகுப்பு

திராவிடக் கட்டிடக் கலையைப் பழைய காலம், பல்லவர் காலம், சோழர் காலம், பாண்டியர் காலம், விஜயநகர அரசர் காலம் என்று ஐந்து காலப் பகுதியாகப் பிரித்துக் கூறுவர்.

பழைய காலம் என்பது கி. பி. 600-க்கு முற்பட்ட காலம். இந்தக் காலத்தில், கோயில் கட்டிட அமைப்புகள் முழுவதும் அமையப் பெற்று, மரத்தினாலும் செங்கற்களினாலும் அமைக்கப்பட்டன.

பல்லவர் காலக் கட்டிடம் என்பது கி. பி. 600 முதல் 900 வரையில் உள்ள காலம். இந்தக் காலத்தில் கற்றளிகள் (செங்கற்களுக்குப் பதிலாக கருங்கற்களை ஒன்றின் மேல் ஒன்றாக அடுக்கிக் கட்டப்பட்ட கோயில் கட்டிடங்கள்) ஏற்பட்டன.

சோழர் காலம் என்பது, பிற்காலச் சோழர் காலம். இது கி. பி. 900 முதல் 1300 வரையில் உள்ள காலம். இந்தக் காலத்தில் சோழ அரசர்கள் புதிதாகக் கற்றளிகளை அமைத்ததோடு பழைய செங்கற் கோயில்களை இடித்து அக்கோயில்களைக் கற்றளியாகப் புதுப்பித்தார்கள். அன்றியும் ஆழ்வார்களுக்கும் நாயன்மார்களுக்கும் கோயில்கள் அமைக்கப்பட்ட காலமும் இதுவே. மேலும், சிவன் கோயில்களிலே அம்மன் சந்நிதிகள் தனியாகக் கட்டப்பட்ட காலமும் இதுவே. சோழர் காலத்துக்கு முன்பு, சிவன் கோயில்களில் அம்மனுக்கென்று தனியாகக் கோயில் இல்லை. இச்செய்தியைச் சோழர் காலத்துச் சாசனங்களில் இருந்து அறிகிறோம்.

பாண்டியர் கட்டிடக் காலம் என்பது கி. பி. 1300 முதல் 1500 வரையில் உள்ள காலம்.

விஜயநகர அரசர் கட்டிடக் காலம் என்பது கி. பி. 1500 முதல் 1700 வரையில் உள்ள காலம்.

கட்டிடக் கலையைப் பற்றி பல்லவ, சோழ, பாண்டிய, விஜயநகர காலம் என்று சொல்லும்போது, இந்தக் காலங்களில் கோயில்

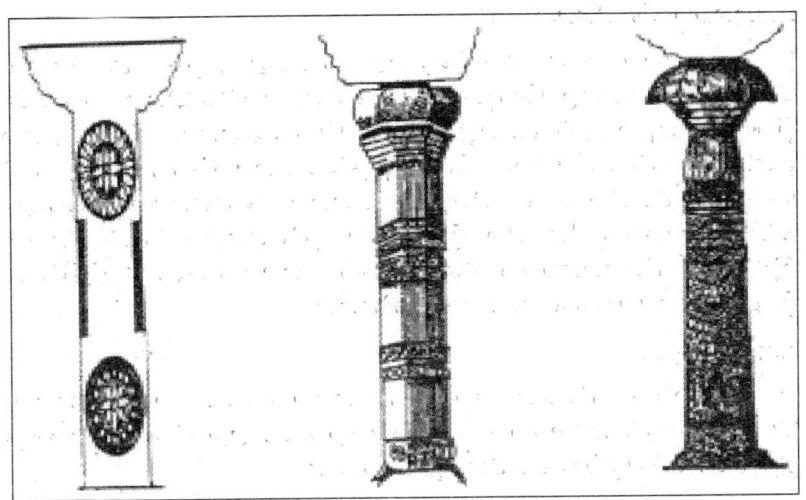

கட்டிடங்களில் வெவ்வேறு மாறுதல்கள் ஏற்பட்டன என்று கருதக்கூடாது. பெரிய மாறுதல்கள் ஒன்றும் ஏற்படவில்லை. ஆனால், தூண்கள், கர்ணகூடு, கோஷ்ட பஞ்சரம் முதலிய உறுப்புகளில் அந்தந்தக் காலத்தில் சில மாறுதல்கள் ஏற்பட்டன. இந்த மாறுதல்களைக் கொண்டுதான் மேற்சொன்னபடி காலத்தைப் பிரித்திருக்கிறார்கள்.

குகைக் கோயில்களும் பாறைக் கோயில்களும் கி. பி. 600 - இல் இருந்து 850 வரையில் தமிழ்நாட்டிலே அமைக்கப்பட்டன. குகைக் கோயிலைத் தமிழ் நாட்டிலே முதல் முதல் அமைத்தவன், முன்னர் சொல்லியபடி, மகேந்திரவர்மன் என்னும் பல்லவ அரசன். அவனுக்குப் பிறகு அவன் மகன் நரசிம்மவர்மனான மாமல்லன், மாமல்லபுரத்தில் (மகாபலிபுரத்தில்) குகைக் கோயில்களையும் இரதக் கோயில்கள் என்னும் பாறைக் கோயில்களையும் அமைத்தான். அவனுக்குப் பிறகு வந்த பல்லவ அரசர்கள் சாளுவன்குப்பம் முதலிய இடங்களில் குகைக் கோயில் அமைத்தார்கள். பிறகு புதுக்கோட்டையிலும் பாண்டிய நாட்டிலும் குகைக் கோயில்கள் அமைக்கப்பட்டன. கி. பி. 850 - க்குப் பிறகு குகைக் கோயில்கள் அமைக்கும் வழக்கம் மறைந்து விட்டது.

கி.பி. 1000க்குப் பிறகு அரசாண்ட சோழ, பாண்டிய, விஜயநகர அரசர்கள் குகைக் கோயிலை அமைக்கவில்லை. அவர்கள் கற்றளிகளைத்தான் அமைத்தார்கள்.

சுவர் உறுப்புகள்

இனி, திருவுண்ணாழிகை (கருவறை) யின் சுவரில் வெளிப்புறத்தில் அமைக்கப்படும் உறுப்புகளைப் பற்றிக் கூறுவோம். கருவறைக்கு

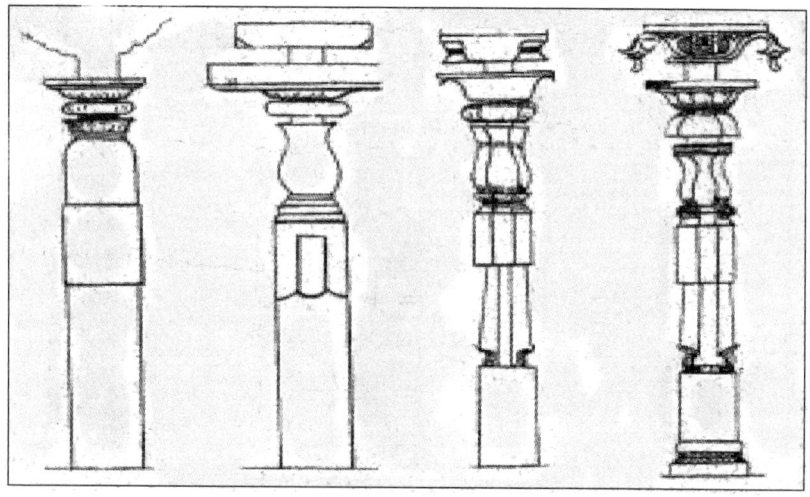

முன்புறத்தில் அதைச் சார்ந்து சிறு மண்டபம் ஒன்று உண்டு. இதற்கு அர்த்த மண்டபம் என்பது பெயர். அர்த்த மண்டபம் கருவறையின் ஒரு பகுதியேயாகும். அர்த்த மண்டபத்தின் வாயிலில் இருபுறத்திலும் துவார பாலகர் உருவங்கள் அமைக்கப் பட்டிருக்கும்.

திருவுண்ணாழிகை என்னும் கருவறை சுவரின் வெளிப்புறத்திலும், அர்த்த மண்டபச் சுவரின் வெளிப்புறத்திலும் கோஷ்ட பஞ்சரம், கும்ப பஞ்சரம் என்னும் உறுப்புகள் அமைக்கப்படுவது வழக்கம். கருவறையின் வெளிப்புறச் சுவர்களில், பின்புறச் சுவரில் ஒன்றும் வலப்புற இடப்புறச் சுவர்களில் ஒவ்வொன்றும் ஆக மூன்று கோஷ்ட பஞ்சரங்களும், கருவறையைச் சேர்ந்துள்ள அர்த்த மண்டபத்தின் வலப்புற இடப்புறச் சுவர்களின் வெளிப்புறத்தில் ஒவ்வொன்றும் ஆக இரண்டு கோஷ்ட பஞ்சரங்களும் ஆக ஐந்து கோஷ்ட பஞ்சரங்கள் அமைக்கப்படும்.

கோஷ்ட பஞ்சரம் என்பது சிற்பவேலைகள் அமைந்த மாடங்கள் ஆகும். கோஷ்ட பஞ்சரம் என்னும் இம்மாடங்களிலே கணபதி, தட்சிணாமூர்த்தி, லிங்கோத்பவமூர்த்தி, பிரமன், நாராயணி (கொற்றவை) உருவங்கள் அமைக்கப்பட்டிருக்கும். கோஷ்ட பஞ்சரங்களிலே இந்தத் தெய்வ உருவங்களை அமைக்கும் வழக்கம் சோழர் காலத்திலே கி.பி.10 ஆம் நூற்றாண்டுக்குப் பிறகு ஏற்பட்டிருக்க வேண்டும். ஏனென்றால், பல்லவர் காலத்துக் கோயில்களிலே கோஷ்ட பஞ்சரங்களில் இத்தெய்வ உருவங்கள் அமைக்கப்பட வில்லை.

33 / தமிழர் வளர்த்த அழகுக் கலைகள்

கோஷ்ட பஞ்சரங்களுக்கு இடையிடையே கும்ப பஞ்சரம் என்னும் சிற்ப உறுப்பு அமைக்கப்பட்டிருக்கும். கும்ப பஞ்சரம் என்பது, அடியில் குடம் போன்றும் மேலே கொடிச் சிற்ப வேலையமைந்தும் ஆன சிற்பவேலையாகும். இவற்றின் அமைப்புகளைப் படத்தில் காணலாம்.

தோள் உறுப்புகள்

தோள் என்னும் பிரஸ்தரத்தின் மேலே, கர்ண கூடு, பஞ்சரம், சாலை என்னும் உறுப்புகள் உண்டு. கர்ணகூடு என்பது பிரஸ்தரத்தின்

கடைசி மூலையில் அமைக்கப்படும் உறுப்பு. சாலை என்பது பிரஸ்தரத்தின் மத்தியில் அமைக்கப்படும். பஞ்சரம் என்பது, கர்ண கூட்டுக்கும் சாலைக்கும் இடையில் அமைக்கப்படுகிற சிறு உறுப்பு (படம் காண்க).

இனி, பண்டைக் காலத்திலிருந்து நாளடைவில் கோயில்கள் கட்டிட வகையில் எப்படி வளர்ச்சியடைந்தன என்பதைக் கூறுவோம்.

பண்டைக் காலத்திலே, அதாவது பல்லவர் காலம் வரையில் (கி. பி. 10 ஆம் நூற்றாண்டுக்கு முன்பு), திருமால், சிலபெருமான், கொற்றவை முதலிய தெய்வங்களுக்குத் தனித்தனியே கோயில்கள் இருந்தன. திருவுண்ணாழிகை (கருவறை)யும் அதைச் சார்ந்து அர்த்த மண்டபமும் மட்டும் அக்காலத்தில் இருந்தன. வேறு மண்டபங்களோ துணைக் கோயில்களோ அக்காலத்தில் இல்லை.

பிற்காலத்திலே, அர்த்த மண்டபத்தைச் சார்ந்தாற்போல் கோயில் முன்புறத்திலே முகமண்டபம் அமைக்கும் வழக்கம் ஏற்பட்டது.

பரிவார ஆலயங்கள்

கி. பி. 10-ஆம் நூற்றாண்டிற்குப் பிறகு, பிற்காலச் சோழர் ஆட்சியில், சிவன் கோயில்களில் அம்மனுக்கென்று தனி ஆலயங்கள் கட்டப்பட்டன. இக்காலத்துக்கு முன்பு சிவன் கோயில்களிலே அம்மனுக்கென்று தனி ஆலயங்கள் இருந்ததில்லை. தேவாரத்திலே, அப்பர், சம்பந்தர், சுந்தரர் ஆகிய நாயன்மார்கள் சிவபெருமானையும் தேவியையும் பாடியது உண்மையே. ஆனால், அக்காலத்தில் தேவிக் கென்று சிவன் கோயிலில் தனியாக ஆலயம் இருந்ததில்லை. தேவிக் கென்று தனி ஆலயம் இருந்தால், அது சிவபெருமான் ஆலயத்துடன் சேர்ந்து இராமல் தனியாக இருந்தது. உதாரணமாகக் காஞ்சீபுரத்துக் காமாட்சியம்மை ஆலயத்தைக் கூறலாம். நாயன்மார்கள் இந்தத் தேவி ஆலயத்தைக் குறிப்பிடுகிறார்கள். ஆனால், இந்த ஆலயம் சிவன் கோயிலில் சேராத தனி ஆலயம் என்பதை நினைவில் வைக்கவேண்டும்.

கி. பி. 10-ஆம் நூற்றாண்டிற்குப் பின்னர், சோழ அரசரால் அம்மன் ஆலயங்கள், சிவன் கோயில்களில் அமைக்கப்பட்டன. அம்மன் ஆலயங்கள் புதிதாக அமைக்கப்பட்டதைக் கல்வெட்டுச் சாசனங் களினாலும் அறியலாம்.

சோழர்கள் காலத்திலே அடியார், நாயன்மார்களுக்கும் உருவங்கள் அமைக்கப்பட்டன. இந்த அடியார், நாயன்மார் உருவங்கள் கருவறைக்கு வெளிப்புறத்தில் அமைக்கப்பட்டுக் கருவறையைச் சூழ்ந்து மூன்று பக்கத்திலும் மண்டபங்கள் அமைக்கப்பட்டன. இவ்வாறு கருவறையைச் சுற்றிலும் மண்டபங்கள் அமைக்கப்பட்ட படியால், மூலக் கோவிலின்

கட்டிட அமைப்பு முழுவதும் மறைக்கப்பட்டுவிட்டது. அன்றியும் மண்டபத்தில் சாளரம் அமைக்காதபடியால் பட்டப் பகலிலும் இருள் சூழ்ந்து கொண்டது. மூலக்கோயிலின் விமானம் மட்டும் தூரப் பார்வைக்குத் தெரியும். மூலக் கோயிலின் அதிஷ்டானத்திலும் (அடிப்புறம்), சுவரிலும் சிற்ப வேலைகள் அமைந்து அப் பகுதிகளே கட்டிடத்தின் அழகான பகுதிகளாக விளங்குபவை. அப்பகுதியைச் சுற்றிலும் மண்டபம் அமைத்து மறைத்துவிட்டதல்லாமல் இருள் சூழும்படியும் செய்து விட்டார்கள். அப்படிச் செய்தது மூலக்கோயிலின் அழகையே கெடுத்துவிட்டது. இப்போதுள்ள கோயில்களில் பெரும் பான்மையும் மூலக்கோயிலின் கட்டிட அழகை மறைக்கப்பட்டவையே. சுற்று மண்டபங்களால் மறைக்கப்படாத மூலக்கோயில்கள் மிகச் சிலவே இக் காலத்தில் உள்ளன.

அண்மையில், மிகப் பழைமை வாய்ந்த பாடல் பெற்ற ஒரு கோயிலுக்கு, அக் கோயிலின் அமைப்பை ஆராய்வதற்காகச் சென்றேன். மூலக் கோயிலின் முன்புறத்தில் மிகப்பெரிய முக மண்டபமும் அதனைச் சார்ந்து மூலக்கோயிலைச் சுற்றிலும் மண்டபங்களும் அமைந்து அக்கோயிலை மிகவும் இருளுடையதாக்கிவிட்டது. இது எல்லாக் கோயில்களிலும் உள்ள சாதாரண நிலை. நான் இக்கோயிலுக்குச் சென்றது பகல் வேளை. அந்த நேரத்திலும் இக்கோயில் மிக மிக இருளடைந்து காணப்பட்டது. மீண்டும் வெளியே வந்தபோது மறுபிறப்புப் பிறந்தவன்போல உணர்ந்தேன். அவ்வளவு இருள் அடர்ந்து அச்சமாக இருந்தது.

பெரிய சிவன் கோயில்களிலே, பிள்ளையார் கோயிலும் முருகன் கோயிலும் இப்போது காணப்படுகின்றன. இக் கோயில்களும் பிற்காலத்திலே ஏற்பட்டவை. முருகனுக்கும் கணபதிக்கும் தனித் தனியாகப் பண்டைக் காலத்தில் கோயில்கள் இருந்தது உண்மையே. ஆனால், சிவன் கோயிலுக்குள் பரிவார ஆலயங்களாக, முருகன், கணபதி, அம்பிகை முதலியவர்களுக்குத் தனித் தனியே பண்டைக் காலத்தில் ஆலயங்கள் இல்லை.

பதினாறுகால் மண்டபம், நூற்றுக்கால் மண்டபம், ஆயிரக்கால் மண்டபம் முதலிய மண்டபங்களும் சோழர் காலத்திலும் அதற்குப் பிற்காலத்திலும் ஏற்பட்டவையே.

கோயில்களின் வாயில்களில் இப்போதுள்ள முகப்புக் கோபுரங்கள் பண்டைக் காலத்தில் இல்லை. இக் கோபுரங்கள் பிற்காலத்திலே, விஜயநகர அரசனான கிருஷ்ணதேவராயர் காலத்திலே ஏற்பட்டவை. இவற்றிற்கு இராயகோபுரம் என்று பெயர் உண்டு. சிவன் கோயில்

களிலே சனீசுவரன் கோயில், நவக்கிரகக்கோயில் என்பவை மிகப் பிற்காலத்திலே புதிதாகச் சேர்க்கப்பட்டவை.

வைணவக் கோயில்

பெருமாள் கோயில்களிலும் கி. பி. 10-ஆம் நூற்றாண்டுக்கு முன்பு "தாயார் சந்நிதி" இருந்ததில்லை. சைவ சமயமும் வைணவ சமயமும் தனித்தனி மதமாகப் பிரிந்த பிறகு, சைவர்கள் சிவன் கோயிலில் அம்மனுக்குத் தனியாக ஆலயம் அமைத்துக் கொண்டது போல, வைணவர்களும் திருமகளுக்குத் "தாயார் சந்நிதி" அமைத்துக் கொண்டார்கள். அன்றியும் ஆழ்வார்களுக்கும் ஆசாரியார்களுக்கும் மற்றும் தெய்வங்களுக்கும் உருவங்கள் அமைத்து வழிபட்டார்கள். ஆகவே, பெருமாள் கோயில்களிலும் வெவ்வேறு ஆலயங்களும் மண்டபங்களும் புதிதாக அமைக்கப்பட்டன.

திருமால் கோயில்களில், ஆண்டாள் சந்நிதி என்று ஒரு கோயில் உண்டு. ஆண்டாள் பன்னிரண்டு ஆழ்வார்களில் ஒருவர். ஆனால், இவருக்கு மட்டும் சிறப்பாக ஒவ்வொரு பெருமாள் கோயிலிலும் தனியே ஆலயம் உண்டு. விஜயநகரத்து அரசனான கிருஷ்ணதேவராயன், மிகுந்த வைணவப் பற்றும் ஆண்டாள் பக்தியும் உடையவனாதலின், அவன் வைணவக் கோயில்களில் ஆண்டாள் சந்நிதியைப் புதிதாக அமைத்தான். அவன் காலத்திலும் அதற்குப் பிறகும் ஏற்பட்டவையே ஆண்டாள் சந்நிதிகள்.

இதுவே கோயில் கட்டிடங்களின் வரலாறு. மூலக் கோயிலைச் சூழ்ந்து மண்டபங்கள் அமைக்கப்பட்டபடியால் மூலக் கோயிலை அடிமுதல் முடிவரையில் ஒரே சமயத்தில் பார்த்து மகிழ முடியா மலிருப்பதைக் குறிப்பிட விரும்புகிறேன். கோயிலுக்கு வெளியே சற்றுத் தூரத்தில் சென்று மூலக் கோயிலின் சுவர் சிற்ப அமைப்பைப் பார்த்து மகிழ வேண்டியிருக்கிறது. இரண்டையும் ஒருமிக்க பார்த்தால்தான் அக்கட்டிடக் கலையின் அழகை நன்கு உணரலாம். மேற்பகுதி அடிப்பகுதி இரண்டையும் ஒருமிக்கப் பார்த்து மகிழும் வாய்ப்பு வெகு சில கோயில்களிலேதான் அமைந்துள்ளது. ஆனால், பல்லவர் காலத்துக் கோயில்களில் இந்த அழகை முழுவதும் காணலாம்.

சிற்பாசாரியர்

கோயில் கட்டிடங்களையும் சிற்பங்களையும் அமைத்த சிற்பாசாரியர்களின் பெயர்கள் தெரியவில்லை. அவர்கள் பெயர் மறைந்துவிட்டன. ஆயினும் சில பெயர்கள்மட்டும் தெரிகின்றன.

மகாபலிபுரம் என்னும் மாமல்லபுரத்துக் கோயில்களையும் பாறைக் கோயில்களையும் அமைத்த சிற்பாசாரியர்களின் பெயர்கள்

சில. மகாபலிபுரத்துக்கடுத்த பூஞ்சேரிக் கிராமத்துக்கு அருகில், நொண்டி வீரப்பன் குதிரைத் தொட்டி என்னும் ஒரு பாறையில் பொறிக்கப்பட்டுள்ளன (S.I.I.Vol.XII.No.23A). இப்பெயர்கள் மாமல்லபுரத்துச் சிற்பங்களை அமைத்த சிற்பாசாரியர்களின் பெயர்கள் என்று கருதப்படுகின்றன. அவை:-

1. கேவாத பெருந்தச்சன், 2. குணமல்லன். 3. பய்யமிழிப்பான். 4. சாதமுக்கியன். 5. கலியாணி. 6. திருவொற்றியூர் அபர்ஜர். 7. கொல்லன் ஸேமகன்.

கி. பி. 8-ஆம் நூற்றாண்டின் தொடக்கத்தில் இருந்த தண்டி என்னும் ஆசிரியர், தாம் எழுதிய அவந்தி சுந்தரி கதை என்னும் வடமொழி நூலில் லலிதாலயர் என்னும் சிற்பக் கலைஞரைக் குறிப்பிடுகிறார். தண்டி ஆசிரியர் காலத்தில், லலிதாலயர் மாமல்ல புரத்தில் சிற்பக் கலைஞராக இருந்தார் என்றும், இக்கலைஞரே சூத்ரக சரிதம் என்னும் கதையைத் தமிழில் எழுதினார் என்றும் தண்டியாசிரியர் கூறுகிறார்.

இரண்டாம் விக்கிரமாதித்யன் (733-745), காஞ்சீபுரத்தை வென்ற பிறகு, அந்நகரிலிருந்த குண்டன் என்னும் சிற்பியை அழைத்துக் கொண்டு போய், அச்சிற்பியைக் கொண்டு பட்டடக்கல் என்னும் ஊரில் ஒரு கோயிலைக் கட்டினான். இக் கோயில் இப்போது விரூபாக்ஷ ஈசுவரர் கோவில் என்று வழங்கப்படுகிறது. இந்த அரசன், இச்சிற்பக் கலைஞருக்கு திரிபுவனாசார்யர் என்னும் சிறப்புப் பெயரை வழங்கினான். இந்தச் சிற்பிக்கு அநிவாரி தாசாரியார் என்னும் பெயரும் உண்டு.

முதலாங் குலோத்துங்க சோழன் காலத்தில், புரிசையில் திருப்படக்காருடைய மகாதேவர் கோயில் கட்டப்பட்டது. இதனைக் கட்டிய சிற்பாசாரியின் பெயர், சந்திரசேகரன் ரவி என்னும் சோழேந்திர சிம்ம ஆசாரி என்பது (Epi. Rep. 1911. P.72).

திருவொற்றியூர் மூலக்கோயில், இராஜேந்திர சோழன் காலத்தில் புதுப்பிக்கப்பட்டது. இக் கோயிலைப் புதுப்பித்துக் கட்டிய சிற்பியின் பெயர் வீரசோழ தச்சன் என்னும் சிறப்புப் பெயருடைய ரவி என்பவர் (S.I.I.Vol. IV.P. 185). சிதம்பரத்து வடக்குக் கோபுரத்தைக் கட்டிய சிற்பியரின் உருவங்களும் பெயர்களும் வடக்குக் கோபுரத்து உள் சுவரில் எழுதப்பட்டுள்ளன. அப் பெயர்களாவன: விருத்தகிரியில் கேசவப் பெருமாள், அவர் மகன் விசுவ முத்து, திருப்பிறைக் கொடை ஆசாரி திருமருங்கன் அவருடைய தம்பி காரணாச்சாரி.

சிற்பக் கலை

கட்டிடக் கலைக்கு அடுத்தபடியாக உள்ளது சிற்பக்கலை. கட்டிடக் கலையைவிட சிற்பக் கலை நுட்பமானது. மனிதன், விலங்கு, பறவை, மரம், செடி, மலை, கடல் முதலிய இயற்கை உருவங்களையும், கடவுள், தெய்வம், அரக்கர் முதலிய கற்பனை உருவங்களையும் அழகுபட அமைப்பதே சிற்பக் கலையாகும். காவியப் புலவர் கற்பனைகளை அமைத்து நூல் எழுதுவது போலவே, சிற்பக் கலைஞரும் (ஓவியப் புலவருங்கூட) தமது கற்பனைகளினாலே பலவகையான சிற்பங்களை அமைக்கிறார்கள்.

சிற்பக் கலைகள், கண்ணையுங் கருத்தையும் கவர்ந்து மனத்திற்கு இன்பங்கொடுக்கும் இனிய கலைகள். அவற்றின் அழகும் அமைப்பும் எல்லோருக்கும் உணர்ச்சி கொடுத்து மகிழ்வூட்டுகின்றன. ஆனால், அவற்றில் சிறிது கருத்தூன்றிக் காண வேண்டும். சற்றுக் கலைச்சுவையும் இருக்க வேண்டும். இக்கலையுணர்வு பெற்றோர், அழகிய கலைப் பொருள்களைக் காணுந்தோறும் புதியதோர் இன்ப உலகத்திலே வாழ்கிறார்கள்.

சிற்பம் அமைக்கும் பொருள்கள்

மெழுகு, அரக்கு, சுதை, மரம், தந்தம், கல், பஞ்சலோகம் முதலியவைகளினால் சிற்ப உருவங்கள் அமைக்கப்படுகின்றன.

> "கல்லும் உலோகமும் செங்கலும் மரமும்
> மண்ணும் சுதையும் தந்தமும் வண்ணமும்
> கண்ட சருக்கரையும் மெழுகும் என்றிவை
> பத்தே சிற்பத் தொழிற் குறுப் பாவன"

என்பது திவாகர நிகண்டு (12வது பல்பொருட் கூட்டத்தொரு பெயர்த் தொகுதி).

> "வழுவறு மரனும் மண்ணுங் கல்லும்
> எழுதிய பாவையும்...."

என்றும்,

> "மண்ணினும் கல்லினும் மரத்தினும் சுவரினும்
> கண்ணிய தெய்வதம் காட்டுநர் வகுக்க"

என்றும் "மணிமேகலை" கூறுகிறது (21-ஆவது காதை).

நமது கோயில்களிலே சிற்பக்கலை பெரிதும் இடம் பெற்றிருக்கிறது. சிற்ப உருவங்கள் அமையாத கோயில் கட்டிடங்கள் இல்லை என்றே கூறலாம். கோயிலின் தரை, சுவர், சிகரம், கோபுரம், மண்டபம், தூண்கள், வாயில் நிலைகள் முதலிய கட்டிடங்களின் எல்லா இடங்களிலும் சிற்ப உருவங்கள் அமைந்துள்ளன.

காவிரிப்பூம் பட்டினத்திலிருந்த மாளிகைகளிலே, சுதையினால் செய்யப்பட்ட சிற்ப உருவங்கள் அமைக்கப்பட்டிருந்ததை, இந்திர விழாவின்போது அந் நகரத்துக்கு வந்த மக்கள் கண்டு களித்தனர் என்று மணிமேகலை என்னும் நூல் கூறுகிறது. அப்பகுதி இது:

> "வம்ப மாக்கள் கம்பலை மூதூர்
> சுடுமண் ஓங்கிய நெடுநிலை மனைதொறும்
> மையறு படிவத்து வானவர் முதலா
> எவ்வகை உயிர்களும் உவமங் காட்டி
> வெண் சுதை விளக்கத்து வித்தகர் இயற்றிய
> கண்கவர் ஓவியங் கண்டு நிற்குநரும்"

(மலர்வனம் புக்க காதை 126-131.)

இரண்டு வகை சிற்பம்

சிற்ப உருவங்களை முழு உருவங்கள் என்றும் புடைப்புச் சிற்பம் என்றும் இரண்டு விதமாகப் பிரிக்கலாம். முழு உருவச் சிற்பம் என்பது, பொருள்களின் முன்புறம் பின்புறம் முதலிய முழு உருவமும் தெரிய அமைக்கப்படுவது. புடைப்புச் சிற்பம் (Bas relief) என்பது, பொருள்களின் ஒருபுறம் மட்டும் தெரியும்படி சுவர்களிலும் பலகைகளிலும் அமைக்கப் படுவது. இவ்விரண்டுவித சிற்ப உருவங்களும் கோயில்களிலே அமைக்கப்படுகின்றன.

தத்ரூப உருவங்கள்

தமிழ்நாட்டுச் சிற்பக்கலை, பாரத நாட்டுச் சிற்பக்கலையைப் போலவே, சமயத்தை அடிப்படையாகக் கொண்டு வளர்ச்சி பெற்றிருக்கிறது. ஆகவே, தெய்வ உருவங்கள் நமது நாட்டுச் சிற்பக் கலையில் பெரிதும் முதன்மை பெற்றுள்ளன. கிரேக்க தேசம், உரோமாபுரி முதலிய மேல்நாடுகளிலே மனித தத்ரூப சிற்ப உருவங்கள் சிறப்பாக வளர்ச்சி பெற்றதுபோல நமது நாட்டில் மனித தத்ரூப சிற்பக் கலை (ஓரளவு பயிலப்பட்டதே யல்லாமல்) முழுவளர்ச்சி யடையவில்லை. இதன் காரணம், நம்மவர் தத்ரூப உருவங்களைச் செய்து வைக்கும் வழக்கத்தை அதிகமாகக் கொள்ளாததுதான்.

ஆனால், நமது நாட்டில் கற்பனை உருவச் சிற்பங்கள் பெரிதும் வளர்ந்திருக்கின்றன.

கல்லும் உலோகமும்

நமது நாட்டுச் சிற்பக்கலை, சமயத்தை அடிப்படையாகக் கொண்டு வளர்ச்சி பெற்றது என்று கூறினோம். சைவ வைணவச் சிற்ப உருவங்களை ஆதிகாலத்தில் மரத்தினாலும் சுதையினாலும் பஞ்ச லோகங்களினாலும் செய்து அமைத்தார்கள். இப்போதுங்கூட மரத்தினாலும் சுதையினாலும் செய்யப்பட்ட தெய்வ உருவங்கள் சில கோயில்களில் உள்ளன. உதாரணமாக, உத்திரமேரூர் சுந்தர வரதப்பெருமாள் கோயிலிலுள்ள தெய்வ உருவங்கள் மரத்தினால் செய்யப்பட்டவையே. திருவல்லிக்கேணி பார்த்தசாரதிப் பெருமாள், காஞ்சி பாண்டவதூதப் பெருமாள், மகாபலிபுரத்துத் தலசயனப் பெருமாள், திருவிடந்தை வராகப் பெருமாள் முதலிய கோயிலில் உள்ள உருவங்கள் சுதையினால் ஆனவையே.

கருங்கல்லினாலும் பஞ்சலோகத்தினாலும் சிற்ப உருவங்கள் உண்டாக்கப்பட்டது கி. பி. 7 - ஆம் நூற்றாண்டிலே ஆகும். பல்லவ அரசரும் பிற்காலச் சோழரும் இவற்றில் சிற்பங்களை அமைத்தார்கள்.

சிவன், திருமால் முதலிய தெய்வ உருவங்கள் மனித உருவமாகக் கற்பிக்கப்பட்டு, மனித உருவம் போலவே செய்யப்படுகின்றன. ஆனால், அந்த உருவங்கள் எலும்பு, சதை, நரம்பு முதலியவை அமைந்த மானிட உறுப்புள்ள (Anotomy) தெய்வ உருவங்களாக அமைக்கப்படுவதில்லை.

யவன நாட்டுச் சிற்பமும் நமது நாட்டுச் சிற்பமும்

அயல் நாட்டுத் தெய்வச் சிற்ப உருவங்களுக்கும் நமது நாட்டுத் தெய்வச் சிற்ப உருவங்களுக்கும் உள்ள வேற்றுமைகளை "எழுவகைத் தாண்டவம்" என்னும் நூலில் எழுதியிருப்பதை இங்குக் கூறுவது பொருந்தும். அது;

"அயல்நாட்டுச் சிற்பங்கள், உருவங்களை உள்ளது உள்ளவாறே, கண்ணுக்குத் தோன்றுகிறபடியே அமைக்கப்படுவன. நமது நாட்டுச் சிற்பங்கள், உள்ளதை உள்ளபடியே காட்டும் நோக்கமுடையனவல்ல; சிற்ப உருவங்களின் மூலமாக ஏதேனும் கருத்தை அல்லது உணர்ச்சியைக் காட்டும் நோக்கம் உடையன. இயற்கை உருவத்தை உள்ளது உள்ளபடியே விளக்குவது அயல்நாட்டுச் சிற்பம், உணர்ச்சிகளையும் கருத்துக்களையும் காட்டுவதற்குக் கருவியாக உள்ளது நமது நாட்டுச் சிற்பம், மனித உருவத்தின் அழகையும் செவ்வியையும் சிற்பக்கலையில் நன்கு பொருந்தும்படி அக்கலையை மிக உன்னத நிலையில் வளர்த்து உலகத்திலே பெரும் புகழ்படைத்த கிரேக்க நாட்டுச் சிற்பிகள், தமது நாட்டுக் கடவுளர்களின் உருவங்களைச் சிற்ப உருவமாக அமைத்தபோது, மனித உடலமைப்பு எவ்வளவு அழகாக அமையக் கூடுமோ அவ்வளவு அழகையும் அமையப் பொருத்தி அத்தெய்வ உருவங்களை அமைத்தார்கள். அவர்கள் அமைத்த ஜூயஸ், வீனஸ் முதலிய கடவுளர்களின் சிற்ப உருவங்களைக் காணும் போது, மானிட உடல் அமைப்பின் சீரிய இயல்பு அவைகளில் அமையப் பெற்றிருப்பது, உண்மையிலேயே நமது கண்ணையுங் கருத்தையும் கவர்ந்து மகிழ்ச்சியளிக்கின்றன."

"ஆனால், நமது கருத்து அச்சிற்பங்களின் உருவ அமைப்பின் அழகோடு தங்கி நிற்கிறதே தவிர அதற்கப்பால் செல்வதில்லை. அவை, மக்கள் நிலைக்கு மேம்பட்ட கடவுளின் உருவங்கள் என்கிற உணர்ச்சியைக் கூட உண்டாக்குவதில்லை."

"நமது நாட்டுச் சிற்ப உருவங்களில் அமைக்கப்பட்ட தெய்வ உருவங்களோ அத்தகையன அல்ல. நமது நாட்டுச் சிற்ப உருவங்களில், கிரேக்க சிற்பங்களைப் போன்று, இயற்கையோடியைந்த அழகிய உடலமைப்பு காணப்படாதது உண்மைதான். ஆனால், இச்சிற்பங்களைக் காணும்போது நமது உள்ளமுங் கருத்தும் இவ் உருவங்களில் மட்டும் நின்றுவிடவில்லை; இவ்வுருவங்கள் நமது கருத்தை எங்கேயோ இழுத்துச் சென்று ஏதேனும் உணர்ச்சிகளையும் கருத்துக்களையும் ஊட்டுகின்றன. ஆகவே, நமது சிற்பங்கள், அயல்நாட்டுச் சிற்பங்களைப்

போன்று, வெறும் அழகிய காட்சிப் பொருள்களாக மட்டும் இல்லாமல், காட்சிக்கும் அப்பால் சென்று கருத்துக்களையும் உணர்ச்சிகளையும் ஊட்டுகின்றன. இந்த இயல்பு சிற்பக்கலைக்கு மட்டுமன்று; நமது நாட்டு ஓவியக் கலைக்கும் பொருந்தும்."

"எனவே, பொருள்களின் இயற்கை உருவத்தை அப்படியே காட்டுவது அயல்நாட்டுச் சிற்பக் கலையின் நோக்கம்; உணர்ச்சி களையும் கருத்துக்களையும் உருவங்கள் மூலமாக வெளிப்படுத்துவது நமது நாட்டுச் சிற்பக் கலையின் நோக்கம் என்னும் உண்மையை மறவாமல் மனத்திற்கொள்ள வேண்டும்" (இறைவன் ஆடிய எழுவகைத் தாண்டவம், பக்கம் 14-15 மயிலை சீனி.வேங்கடசாமி எழுதியது).

சிற்பத்தில் மறைபொருள்

நமது தெய்வத் திருஉருவங்கள் குறிப்புப் பொருளைப் புலப் படுத்துகின்றவை, (குறிப்புப் பொருள் - Symbolism) அதாவது, மறை பொருளாகக் கருத்துக்களை வெளிப்படுத்துகின்றவை. உதாரணமாக ஒன்றைக் காட்டுவோம்.

கடவுள் எங்கும் பரந்து இருக்கிறார் என்பது எல்லாச் சமயத்தவரின் கொள்கை. இதனைச் சைவரும் வைணவரும் தமது கடவுள் திருவுருவத்தில் அமைத்துக்காட்டியிருக்கிறார்கள். அதாவது, திசைகளை நான்காகவும் எட்டாகவும். கூறுவது மரபு. ஆகையினாலே, எல்லாத்திசைகளிலும் பரந்து இருக்கிறவர் கடவுள் என்பதைக் காட்ட, நான்கு கைகளை அல்லது எட்டுக் கைகளைக் கற்பித்திருக்கிறார்கள். இவ்வாறே, கடவுளின் மற்றக் குணங்களுக்கும், குறிப்புப் பொருளைக் கற்பித்துத் தெய்வ உருவங்களை அமைத்திருக்கிறார்கள். இக்குறிப்புப் பொருள்களை எல்லாம் விளக்கிக் கூறுவதற்கு இது இடமல்ல. காமிகாகமம் முதலிய நூல்களில் கண்டு கொள்க.

பண்டைக் காலத்திலே தமிழர், கோயில்களிலே தெய்வத்தை வழிபட்டபோது, இப்போது வைத்து வணங்கப்படுகிற தெய்வ உருவங்களை வைத்து வணங்கவில்லை. அந்தந்தத் தெய்வங்களின் அடையாளங்களை மட்டும் வைத்து வணங்கினார்கள். உதாரணமாக முருகனை வணங்கிய தமிழர், இப்போது வணங்கப்படுகிற முருகன் உருவத்தை வைத்து வணங்காமல், முருகனுடைய படையாகிய வேலைமட்டும் வைத்து வணங்கினார்கள். இந்திரனுடைய உருவத்தை வைத்து வணங்காமல் அவனுடைய வச்சிராயுதத்தை வைத்து வணங்கினார்கள். அல்லது, அவனது வெள்ளை யானை, கற்பகத்தரு இவற்றின் உருவங்களை வைத்து வணங்கினார்கள். இதைத்தான்

வேற்கோட்டம், வச்சிரக் கோட்டம், அமரர்தருக்கோட்டம், வெள்யானைக் கோட்டம் என்று சிலப்பதிகாரம் கூறுகிறது.

இதனால் அறியப்படுவது என்னவென்றால், இப்போது கோயில்களில் வைத்து வணங்கப்படும் தெய்வ உருவங்கள் பண்டைக் காலத்தில் சிற்ப உருவங்களாக அமைக்கப்பட வில்லை என்பதும் அவை பிற்காலத்திலே அமைக்கப்பட்டன என்பதும் ஆகும்.

பலவகை மூர்த்தங்கள்

சைவர், சிவபெருமானுடைய திருவுருவத்தைப் பல மூர்த்தங் களாகக் கற்பித்தார்கள். வைணவர்களும் திருமாலுடைய திருவுரு வத்தைப் பல மூர்த்தங்களாகக் கற்பித்தார்கள். கடவுளின் பலவித ஆற்றல்களைக் காட்டுவதற்காகவே இவ்வாறு பல்வேறு மூர்த்தங் களைக் கற்பித்தார்கள். கடவுளின் சக்தியை அம்மன் தேவி என்னும் பெயரால் பெண் உருவமாகக் கற்பித்தார்கள்.

சிவபெருமானுடைய திருவுருவங்களை, இருந்த கோலமாகவும் நின்ற கோலமாகவும், ஆடுங்கோலமாகவும் கற்பித்தார்கள். இதனை நின்றான், இருந்தான், கிடந்தான், உருவம் என்பார்.

மற்றும் கணபதி, முருகன், அம்மன் முதலிய தெய்வ உருவங்களைப் பற்றி எழுதுவதற்கு இது இடமன்று.

பௌத்த ஜைன சிற்பங்கள்

நமது நாட்டிலே பண்டைக் காலத்திலே, (கி.மு 3-ஆம் நூற்றாண்டு முதல் கி.பி. 10-ஆம் நூற்றாண்டு வரையில்) பௌத்த மதம் நன்றாகச் செழித்திருந்தது. (இந்நூலாசிரியர் எழுதியுள்ள பௌத்தமும் தமிழும், சமணமும் தமிழும் என்னும் நூல்கள் காண்க). அக்காலத்தில் பௌத்தராக இருந்த தமிழர்கள், புத்தர் உருவத்தையும் பௌத்தத் தெய்வ உருவங்களையும் வழிபட்டார்கள். அவர்களும், ஆதிகாலத்தில் புத்தர் திருவுருவத்தை வைத்து வணங்காமல், பாத பீடிகை தருமச் சக்கரம் ஆகிய அடையாளங்களை வைத்து வணங்கினார்கள். பிறகு, புத்தருடைய திருவுருவம் கற்பிக்கப்பட்ட காலத்தில், அவர்கள் புத்தருடைய உருவத்தை வைத்து வணங்கினார்கள்.

மணிமேகலை, சிலப்பதிகாரம் என்னும் நூல்கள் புத்தர் வணக்கத்தைக் கூறும்போது பாத பீடிகையையும் தரும பீடிகையையும் கூறுகின்றன. ஏனென்றால் அந்தக் காலத்திலே புத்தருடைய உருவம் கற்பிக்கப்பட்டு சிற்பிகளால் சிற்ப உருவங்களாகச் செய்யப்படவில்லை. இதனாலே மணிமேகலை, சிலப்பதிகாரம் ஆகிய நூல்கள் மிகப் பழமையானவை என்பது தெரிகிறது.

புத்தருடைய உருவம் கற்பிக்கப்பட்ட பிற்காலத்திலே அவ்வுருவத்தை நின்ற கோலமாகவும் இருந்த கோலமாகவும் கிடந்த (படுத்த) கோலமாகவும் சிற்பிகள் அமைத்தார்கள். வைணவர், திருமால் திருவுருவத்தை இவ்வாறே மூன்று விதமாக அமைத்ததை மேலே கூறினோம்.

பௌத்த மதத்தைப் போலவே ஜைன சமயமும் (சமண மதம்) பண்டைக் காலத்திலே நமது நாட்டிலே சிறப்படைந்திருந்தது. சமண சமயத்தைச் சேர்ந்த தமிழர், அருகக் கடவுளின் உருவத்தையும் தீர்த்தங்கரர்களின் உருவத்தையும் வணங்கினார்கள்.

ஒரு நுட்பச் செய்தி

பௌத்த ஜைன மதத்துக்கும், சைவ வைணவ சமயத்துக்கும், சிற்ப உருவ அமைப்பில் உள்ள ஒரு நுட்மான செய்தியைக் கூற விரும்புகிறேன். அந்த நுட்பம் இதுவாகும். பௌத்தரின் புத்த உருவத்துக்கும் ஜைனரின் தீர்த்தங்கரர், அருகர் உருவங்களுக்கும் இரண்டு கைகள் மட்டும் உண்டு. ஆனால், அவர்களின் சிறு தெய்வங்களுக்கு நான்கு அல்லது எட்டுக் கைகள் உள்ளன. இதற்கு நேர்மாறான அமைப்பு சைவ வைணவ உருவங்களில் காணப்படுகின்றன. சிவன் அல்லது திருமால் உருவங்களுக்கு நான்கு அல்லது எட்டுக் கைகள் இருக்கின்றன. ஆனால், சைவ வைணவ சிறு தெய்வங்களுக்கு இரண்டு கைகள் மட்டும் இருக்கின்றன.

உதாரணமாக, பௌத்தர்களின் சிறு தெய்வமாகிய அவலோகிதர், புத்த பதவியடையும் நிலையை யடைந்திருந்தாலும், அப்பதவியை இன்னும் அடையாதபடியால், சிறு தெய்வமாகக் கருதப்படுகிறார். ஆகையினாலே, அவருக்கு நான்கு கைகளைக் கற்பித்திருக்கிறார்கள். அது போலவே தாரை முதலிய சிறு தெய்வங்களுக்கு நான்கு கைகளைக் கற்பித்திருக்கிறார்கள்.

சமணரும் தமது உயர்ந்த தெய்வமாகிய அருகர் அல்லது தீர்த்தங்கரர் உருவங்களுக்கு இரண்டு கைகளை மட்டும் கற்பித்திருக் கிறார்கள். ஆனால், அவர்கள் வணங்கும் இந்திரன், ஜுவாலாமாலினி முதலிய சிறு தெய்வங்களுக்கு நான்கு கைகளைக் கற்பித்துச் சிற்ப உருவங்களை அமைத்திருக்கிறார்கள்.

ஆனால், பௌத்த சமணர்களுக்கு மாறாகச் சைவரும் வைணவரும், தமது பரம்பொருளான உயர்ந்த கடவுளுக்கு நான்கு அல்லது எட்டு கைகளைக் கற்பித்துத் தமது சிறு தெய்வங்களுக்கு

இரண்டு கைகளை மட்டும் கற்பித்துச் சிற்ப உருவங்களை அமைத்திருக்கிறார்கள். இந்த நுட்பம் இந்தச் சமயங்களின் சிற்ப உருவங்களைக் கூர்ந்து பார்த்தால் நன்கு விளங்கும்.

சைவ வைணவ சிற்ப உருவங்களைப்பற்றி இன்னொரு நுட்பத்தையும் வாசகர் உணர வேண்டும். சிவன், திருமால் உருவங்களுக்கு முதன்மை கொடுக்கும்போது அவ்வுருவங்களுக்கு நான்கு அல்லது எட்டுக் கைகளைக் கற்பித்து அவர்களின் சத்தியாகிய அம்மன், தேவி உருவங்களுக்கு இரண்டு கைகளை மட்டும் கற்பிக் கிறார்கள். ஆனால், அம்மன் தேவிகளுக்கு முதன்மை கொடுக்கும்போது அவ்வுருவங்களுக்கு நான்கு அல்லது எட்டு கைகளைக் கற்பித்துச் சிற்ப உருவம் அமைக்கிறார்கள். சிற்பக் கலை ஆராயும் வாசகர் இந்த நுட்பத்தையும் உணரவேண்டும்.

நால்வகைப் பிரிவு

உலோகத்தினாலும் கல்லினாலும் அமைக்கப்பட்ட சிற்ப உருவங்களைத் தெய்வ உருவங்கள் என்றும், இயற்கை உருவங்கள் என்றும், கற்பனை உருவங்கள் என்றும், பிரதிமை உருவங்கள் என்றும் நான்கு பெரும் பிரிவுகளாகப் பிரிக்கலாம்.

தெய்வ உருவங்கள் என்பது, சிவபெருமான், பார்வதி, கணபதி, முருகன் முதலிய சைவ சமயத் தெய்வ உருவங்களும், திருமால், இலக்குமி, கண்ணன், இராமன் முதலிய வைணவ சமயத் தெய்வ உருவங்களும் ஆகும்.

இயற்கை உருவங்கள் என்பது மனிதன், மிருகம், பறவை முதலிய இயற்கை உருவங்கள் ஆகும்.

கற்பனை உருவங்கள் என்பது இயற்கையில் காணப்படாத, கற்பனையாகக் கற்பித்து அமைக்கப்பட்ட உருவங்கள், இலைக் கொடிகள் (Designs), சரபப்பட்சி, இருதலைப்பட்சி, மகரம், கின்னரம், குக்குட சர்ப்பம், நாகர், பூதர் முதலியவை கற்பனை உருவங்களாகும். அன்றியும் கற்பனையாக அமைக்கப்பட்ட இலைக்கொடி பூக்கொடி உருவங்களுமாகும்.

பிரதிமை உருவங்கள் என்பவை ஒரு ஆளின் உருவத்தைத் தத்ரூபமாக அமைப்பது.

இந்த நான்குவிதமான சிற்பங்களை நமது நாட்டுக் கோயில்களில் காணலாம். உதாரணத்திற்காக இச்சிற்பங்களில் சிலவற்றை இங்குக் காட்டுவோம்.

அவற்றையெல்லாம் விரிவாகவும் விளக்கமாகவும் கூறுவதற்கு இது இடமன்று. ஆயினும், சுருக்கமாகச் சில கூறுவோம்.

தெய்வ உருவங்கள்

தெய்வ உருவங்களில் சைவ சமயச் சிற்ப உருவங்களைக் கூறுவோம். சிவபெருமானுக்கு முக்கியமாக இருபத்தைந்து மூர்த்தங்களைக் கூறுவார்கள். அந்த மூர்த்தங்களைக் கல்லிலும் செம்பிலும் அழகாகச் சிற்பிகள் செய்திருக்கிறார்கள். அவையாவன:-

1. லிங்கோத்பவ மூர்த்தம் 2. சுகாசன மூர்த்தம், 3. உமாமகேசம், 4. கலியாணசுந்தரம் 5. மாதொருபாகர் (அர்த்தநாரி) 6. சோமஸ்கந்தம், 7. சக்கரப்பிரசாதன மூர்த்தம் 8. திரிமூர்த்தி, 9. அரியரமூர்த்தம், 10. தக்ஷணாமூர்த்தம், 11. பிக்ஷாடனர், 12. கங்காளமூர்த்தி, 13. காலசம்மாரமூர்த்தி, 14. காமாந்தகர், 15. சலந்தர சம்மாரமூர்த்தி, 16. திரிபுராந்தகர், 17. சரபமூர்த்தி, 18, நீலகண்டர், 19. திரிபாதமூர்த்தி, 20. ஏகபாதமூர்த்தி, 21. பைரவமூர்த்தி, 22. இடபாரூடமூர்த்தி, 23. சந்திரசேகரமூர்த்தி, 24. நடராஜமூர்த்தி, 25, கங்காதரமூர்த்தி.

இவற்றில், தக்ஷணாமூர்த்தி வுருவத்தில் வீணாதரதக்ஷணாமூர்த்தி என்றும் ஞான தக்ஷணாமூர்த்தி என்றும் யோக தக்ஷணாமூர்த்தி என்றும் பிரிவுகள் உள்ளன.

நடராஜ மூர்த்தத்தில், சந்தியாதாண்டவ மூர்த்தி, காளிகா தாண்டவமூர்த்தி, புஜங்கத்திராசமூர்த்தி, புஜங்கலளிதமூர்த்தி, ஊர்த்துவ தாண்டவமூர்த்தி முதலிய பிரிவுகள் உள்ளன.

பைரவ மூர்த்தத்தில் பிக்ஷாடன பைரவர், லோக பைரவர் காளபைரவர், உக்கிரபைரவர் முதலிய பிரிவுகள் உள்ளன.

அம்பிகை, துர்க்கை, காளி, பைரவி முதலிய உருவங்களும் உள்ளன.

கணபதி உருவத்தில், பாலகணபதி, நிருத்த கணபதி, மகா கணபதி, வல்லபை கணபதி முதலிய பலவகையுண்டு.

சுப்பிரமணியர் உருவத்தில், தண்டபாணி, பழனியாண்டவர், வேல் முருகர், ஆறுமுகர், மயில்வாகனர் முதலிய பல பிரிவுகள் உள்ளன.

பதஞ்சலி, வியாக்கிரபாதர், தும்புரு, நாரதர், நந்திதேவர், நாயன்மார்கள் முதலியவர்களின் உருவங்களும் உள்ளன.

வைணவ சமயத் திருவுருவங்களில் நாராயணன், கேசவன், மாதவன், கோவிந்தன், அநந்தசயனன், கண்ணன், பலராமன், இராமன்,

திரிவிக்ரமன், மச்சம், கூர்மம், வராகம், நரசிம்மம் முதலிய பலவிதங்கள் உள்ளன. இலக்குமி, கஜலக்குமி, பூதேவி, ஸ்ரீதேவி முதலிய உருவங்களும், ஆழ்வார்கள் முதலிய உருவங்களும் உள்ளன.

பௌத்த, ஜைன சிற்பங்கள்

பௌத்த சமயத்தில், பலவிதமான புத்தர் உருவங்களும், அவலோகிதர் உருவங்களும் தாரை முதலிய தேவி உருவங்களும் கணக்கற்றவை உள்ளன.

ஜைன சமயத்தில் இருபத்து நான்கு தீர்த்தங்கரர் உருவங்களும் யக்ஷன் யக்ஷி சாத்தன் முதலிய உருவங்களும் உள்ளன.

இவ்வுருவங்களைப் பற்றிய விளக்கங்களை யெல்லாம் விரிவாக இங்கு எழுதப் புகுந்தால் இடம் பெருகும் என்று அஞ்சி நிறுத்துகிறோம். இவ்வுருவங்களைப் பற்றித் தமிழில் நூல்கள் இல்லாதது குறைபாடு ஆகும்.

இயற்கை உருவங்களில், ஆண் பெண் உருவங்களின் அழகிய சிற்பங்களைப் பற்றியும், இலைக்கொடி முதலிய கற்பனைச் சிற்பங்களைப் பற்றியும், விலங்கு பறவை முதலிய சிற்ப உருவங்களைப் பற்றியும் விரிவஞ்சிக் கூறாது விடுகிறோம். சமயம் வாய்ப்பின் இவைகளைப் பற்றித் தனி நூல் எழுதுவோம்.

பிரதிமை சிற்பங்கள்

பிரதிமை உருவங்களைப் பற்றிச் சிறிது கூறி சிற்பக் கலைச் செய்தியை முடிப்போம். பிரதிமை உருவங்கள் (Portrait Images) என்பது, தனிப்பட்ட ஆளின் உருவ அமைப்பை, உள்ளது உள்ளவாறு அமைப்பது. இந்தக்கலை, மேல்நாட்டு முறைப்படி நமது நாட்டில் வளரவில்லையாயினும், நமது நாட்டு முறைப்படி ஓரளவு வளர்ந் திருந்தது.

பிரதிமை உருவங்களில் பல்லவ அரசர் உருவங்கள் பழைமை வாய்ந்தவை. மாமல்லபுரத்து (மகாபலிபுரம்) வராகப்பெருமாள் குகைக் கோயிலில் இருக்கிற சிம்ம விஷ்ணுவும் அவன் மனைவியரும் ஆகிய பிரதிமை உருவங்களும், அதே இடத்தில் உள்ள மகேந்திரவர்மனும் அவன் மனைவியரும் ஆகிய பிரதிமையுருவங்களும், தருமராச இரதம் என்று பெயர் வழங்கப்படுகிற அத்யந்தகாம பல்லவேசுவரக் கோயிலில் உள்ள நரசிம்மவர்மன் பிரதிமை யுருவமும், அர்ச்சுனன் இரதம் என்னும் பாறைக்கோயிலில் உள்ள சில பல்லவ அரசர் அரசிகளின் பிரதிமை யுருவங்களும் பல்லவ அரசர்களுடையவை.

சோழர் பிரதிமைகள்

பஞ்சலோகத்தினாலே பிரதிமையுருவங்களைச் செய்யும் வழக்கம், பிற்காலச் சோழர் காலத்தில் ஏற்பட்டது. தஞ்சாவூர் பெரிய கோயில் சாசனம் ஒன்று, மேற்படி கோயில் அதிகாரியாயிருந்த ஆதித்தன் சூரியன் என்னும் தென்னவன் மூவேந்தவேளான் என்பவன் அக்கோயிலிலே ராஜ ராஜசோழன், அவன் அரசி உலக மாதேவி ஆகிய இருவருடைய செப்புப் பிரதிமையுருவங்களைச் செய்து வைத்த செய்தியைக் கூறுகிறது. அது வருமாறு:-

“ஸ்ரீ உடையார் ஸ்ரீ ராஜராஜீஸ்வரம் உடையார்க்கு ஸ்ரீ கார்யஞ் செய்கின்ற பொய்கை நாடு கிழவன் ஆதித்தன் சூர்யனான தென்னவன் மூவேந்த வேளான் ராஜராஜீஸ்வரம் உடையார் கோயிலில் யாண்டு இருபத்தொன்பதாவது வரை எழுந்தருளுவித்த செப்புப் பிரதிமங்கள்.”

“பாதாதிகேசாந்தம் ஒரு முழமே நால்விரலரை உசரத்து இரண்டு திருக்கையுடையராகக் கனமாக எழுந்தருளுவித்த பெரிய பெருமாள் பிரதிமம் ஒன்று. இவர் எழுந்தருளி நின்ற ஐய்விரலே இரண்டுதோரை உசரத்து பத்மம் ஒன்று. இதனொடுங்கூடச் செய்த ஒன்பதிற்று விரற் சமசதுரத்து ஐய்விரலே ஆறுதோரை உசரத்து பீடம் ஒன்று.”

“இருபத்து இருவிரலே இரண்டு தோரை உசரத்து இரண்டு திருக்கையுடையராகக் கனமாக எழுந்தருளுவித்த இவர் நம்பிராட்டியார் ஒலொகமா தேவியார் பிரதிமம் ஒன்று. இவர் எழுந்தருளி நின்ற ஐய் விரல் உசரத்து பிரதிமம் ஒன்று. இதனோடுங் கூடச் செய்த ஒன்பதிற்று விரற் சமசதுரத்து ஐய்விரலே இரண்டு தோரை உசரத்து பீடம் ஒன்று” (No.38.p.p 154155 S.I.I. Vol. II).

இச்சாசனத்தில் கூறப்படுகிற பெரிய பெருமாள் என்பது இராஜராஜ சோழரைக் குறிக்கிறது. ஒலொகமா தேவியார் என்பது இராஜராஜனுடைய அரசியின் பெயர்.

திருக்காளத்திக் கோயிலில் இருந்த மூன்றாங் குலோத்துங்கன் பிரதிமை யுருவம், செப்பினால் செய்யப்பட்டது. இது இவ்வரசன் இளைஞனாக இருந்தபோது செய்த பிரதிமையுருவம். இவ்வரச னுடைய மற்றொரு பிரதிமையுருவம் காஞ்சிபுரம் ஏகாம்பரேசுவரர் கோயில் உள் கோபுரத்துக்கு அருகில் இருக்கிறது. இது கற்சிலையால் செய்யப்பட்டது. காஞ்சி காமாட்சியம்மன் கோயிலில் இருந்த இவ்வரசனுடைய சுதையுருவம் இப்போது அழிந்துவிட்டது.

வேறு பிரதிமைகள்

விஜயநகரத்து அரசர் கிருஷ்ண தேவராயரின் செப்புப் பிரதிமையுருவம் திருப்பதி கோயிலில் இருக்கிறது. இவருடைய கற்சிலைப் பிரதிமையுருவம் சிதம்பரம் கோயிலில் இருக்கிறது. தஞ்சாவூர், மதுரை இவ்விடங்களில் அரசாண்ட நாயக்க மன்னர்களின் பிரதிமையுருவங்களும், கம்பநாடர், அப்பைய தீக்ஷிதர் முதலியவர்களின் பிரதிமையுருவங்களும் தமிழ்நாட்டு வெவ்வேறு கோயில்களில் காணப்படு கின்றன. தென்னாட்டுப் பிரதிமை யுருவங்களைப்பற்றி ஆங்கிலத்தில் நூல்கள் உள்ளன. ஆனால், அவையும் விரிவாகக் கூறவில்லை. தமிழ்நாட்டுப் பிரதிமையுருவங்களைப் பற்றித் தமிழிலே விரிவாக ஒரு நூலேனும் இதுவரையில் எழுதப்படாதது வருந்தத் தக்கது.

அலங்காரம் ஏன்?

கோயில்களிலே வணங்கப்படும் சிற்ப உருவங்களைப் பற்றி ஒரு செய்தி கூற வேண்டும். கல் சிற்ப உருவங்களும்

செம்பு சிற்ப உருவங்களும் ஆன தெய்வத் திருவுருவங்களுக்கு வேஷ்டி, சேலை முதலிய துணிகளையுடுத்தி வருகிறார்கள். இது அநாவசியமானதும் தவறானதும் ஆகும். வேஷ்டி, சேலை முதலிய ஆடைகளைச் சிற்ப உருவத்தில் அமைத்துச் சிற்பிகள் அவ்வுருவங்களை அமைத்து இருக்கிறார்கள். சிற்பிகள் அவ்வுருவங்களை நிர்வாணமாக - அம்மணமாக - அமைக்கவில்லை. அப்படியிருக்க அச்சிற்ப உருவங்கள் மேல் துணிகளை உடுத்தி விகாரப்படுத்துவது, அச்சிற்பங்களின் இயற்கையழகை மறைத்துவிடுவதாகும். நடராசர், சோமஸ்கந்தர், சுப்பிரமணியர், சிவகாமிசுந்தரி, பெருமாள், கணபதி, பூதேவி, ஸ்ரீதேவி முதலிய சிற்பங்களை உள்ளது உள்ளவாறே காணும்போது எவ்வளவு அழகாகக் காணப்படுகின்றன! அவற்றிற்குத் துணிகளை உடுத்திப் பார்க்கும் போது அவற்றின் அழகு கண்ணுக்குப் புலப்படாமல் போய்விடுகின்றன.

இச்செயல், வேண்டுமென்றே அவற்றின் அழகை மறைத்து, அவற்றை விகாரப்படுத்துவதைப் போலக் காணப்படுகிறது.

ஓவியக்கலை

நமது நாட்டு ஓவியக்கலையை ஆராய்வோம். ஓவியத்துக்குச் சித்திரம் என்றும் பெயர் உண்டு. நேர்கோடு, வளைந்த கோடு, கோணக் கோடு முதலிய கோடுகளினாலும் சிவப்பு, கறுப்பு, மஞ்சள், நீலம் முதலிய நிறங்களினாலும் ஓவியங்கள் எழுதப்படுகின்றன.

ஓவியக் கலையின் பழைமை

சங்க காலத்திலே, இரண்டாயிரம் ஆண்டுகளுக்கு முன்பே, ஓவியக்கலை நமது நாட்டில் வளர்ச்சியடைந்திருந்தது என்பதற்குச் சங்க நூல்களிலே சான்றுகள் உள்ளன. நமது நாட்டு ஓவியங்கள் பெரும்பாலும் சுவர் ஓவியங்களே. அதாவது சுவரிலே எழுதப்பட்ட ஓவியங்கள். சிறுபான்மை மரப்பலகைகளிலும் கிழி (துணிச்சீலை Canvas) களிலும் எழுதப்பட்டன. படம் என்று இப்போது வழங்குகிற தமிழ்ச் சொல், ஆதிகாலத்தில் துணியில் சித்திரம் எழுதப்பட்டதைத் தெரிவிக்கின்றது. படம் அல்லது படாம் என்பது, சித்திரம் எழுதப் பட்ட துணிச்சீலை என்னும் பொருள் உடையது.

சுவர் ஓவியம்

பண்டைக் காலத்தில் அரசருடைய அரண்மனை, பிரபுக்களின் மாளிகை, கோயில், மண்டபம் முதலிய கட்டிடங்களின் சுவர்களில் ஓவியங்களை எழுதி அழகுபடுத்தினார்கள். சுவர் ஓவியங்கள்தான் பண்டைக் காலத்தில் பெரிதும் பயின்று வந்தன. ஒவ்வொரு அரசனுடைய அரண்மனையிலும் சித்திரமாடம் என்னும் கட்டிடம் தனியே அமைந்திருந்தது. பாண்டியன் நன்மாறன் என்பவன், தனது சித்திரமாடத்திலே தங்கியிருந்தபோது அங்கே உயிர் நீத்தான். அதனால் அவன் பாண்டியன் சித்திர மாடத்துத் துஞ்சிய நன்மாறன் என்று புறநானூற்றில் கூறப்படுகிறான்.

பாண்டியனின் சித்திர மாடத்தை மாங்குடிமருதனார் என்னும் புலவர்,

"கயங்கண்டன்ன வயங்குடை நகரத்துச்
செம்பியன் றன்ன செஞ்சுவர் புனைந்து"

என்று கூறுகிறார் (மதுரைக் காஞ்சி 484-85).

"குளிர்ச்சியாற் கயத்தைக் கண்டாற்போன்ற விளங்குதலையுடைய கோயிலிடத்து (அரண்மனையில்) செம்பாற் செய்தால் ஒத்த செவ்விய சுவர்களைச் சித்திரம் எழுதி." என்று இதற்கு நச்சினார்க்கினியர் உரை எழுதுகிறார்.

நக்கீரர் பாடிய நெடுநல்வாடையிலும் பாண்டியனுடைய சித்திரமாடம் கூறப்படுகிறது.

"வெள்ளி யன்ன விளங்குஞ் சுதையுரீஇ
மணிகண் டன்ன மாத்திரட் டிண்காழ்ச்
செம்பியன் றன்ன செய்வுறு நெடுஞ்சுவர்
உருவப் பல்பூ வொரு கொடி வளைஇக்
கருவொடு பெயரிய காண்பின் நல்லில்."

என்று அவர் சித்திர மாடத்தை வர்ணிக்கிறார்.

"வெற்றியையொத்த விளங்குகின்ற சாந்தை வாரி, நீல மணியைக் கண்டாற்போன்ற கருமையினையும் திரட்சியினையும் உடைய திண்ணிய தூண்களையுடையவாய், செம்பினாலே பண்ணினா லொத்த தொழில்கள் செய்தலுற்ற நெடிய சுவரிலே வடிவழகினை யுடைத்தாகிய பல பூக்களையுடைய வல்லிசாதியாகிய ஒப்பில்லாத கொடியை யெழுதிபுதைத்தகருவோடே பெயர்பெற்ற காட்சிக்கினிய நன்றாகிய இல்." என்று இதற்கு நச்சினார்க்கினியர் உரை எழுதுகிறார்.

பரங்குன்றத்துச் சுவர் ஓவியம்

மதுரைக்கு அருகில் உள்ள திருப்பரங்குன்றத்து மலையிலே முருகப் பெருமான் கோயிலைச் சார்ந்து ஒரு சித்திர மாடம் இருந்தது என்று குன்றம்பூதனார் என்னும் புலவர் கூறுகிறார்

"நின் குன்றத்து
எழுதெழில் அம்பலங் காமவேள் அம்பின்
தொழில் வீற்றிருந்த நகர்." **(பரிபாடல் 18: 27-29)**

"நின் குன்றத்தின்கண் எழுதிய அழகையுடைய அம்பலம் அம்பினது ஏத்தொழில் நிலைபெற்ற காமவேள் சிரமச்சாலையை (ஆயுதப்பயிற்சி செய்யுமிடம்) யொக்கும்" என்பது பரிமேலழகர் உரை.

இந்தச் சித்திர மாடத்தில் எழுதப்பட்டிருந்த சில ஓவியங்களை, நப்பண்ணனார் என்னும் புலவர் சற்று விளக்கிக் கூறுகிறார். முருகப் பெருமானை வணங்கிய பிறகு, மக்கள் இந்தச் சித்திர மண்டபத்தில்

சென்று அங்குள்ள ஓவியக் காட்சிகளைக் கண்டு மகிழ்ந்தார்கள் என்றும், அங்கு எழுதப்பட்டிருந்த சித்திரங்களில் காமன், இரதி, அகலிகை, அவளிடம் சென்ற இந்திரன், கௌதம முனிவன், அவனைக் கண்ட இந்திரன் பூனை யுருவங்கொண்டோடியது முதலிய ஓவியங்கள் எழுதப்பட்டிருந்தன என்றும், இச் சித்திரங்களைக் கண்டவர் இது என்ன, இது என்ன என்று அறிந்தவர்களைக் கேட்க அவர்கள் இது இது இன்னின்ன சித்திரம் என்று விளக்கிக் கூறினார்கள் என்றும் நப்பண்ணனார் கூறுகிறார்.

> "இரதி காமன் இவள் இவன் எனாஅ
> விரகியர் வினவ வினாவிறுப் போரும்
> இந்திரன் பூசை இவளகலிகை இவன்
> சென்ற கவுதமன் சினனுறக் கல்லுரு
> ஒன்றியபடி யிதென்று ரைசெய்கு வோரும்
> இன்ன பலபல வெழுத்து நிலை மண்டபம்" (பரிபாடல். 19: 48-53)

திருச்சி ஜில்லா திருச்சி தாலுக்காவில் உள்ள திருவெறும்பூர் கோயிலைச் சார்ந்து சித்திரக்கூடம் என்னும் மண்டபம் பண்டைக் காலத்தில் இருந்த செய்தியைச் சாசனங்கள் தெரிவிக்கின்றன (S.I.I.Vol. XIII.Nos. 162, 138, 139).

பல்லவர், சோழர்கால ஓவியங்கள்

காஞ்சீபுரத்துக் கயிலாசநாதர் கோயிலிலும், தஞ்சாவூர் பெருவுடையார் கோயிலிலும், முறையே பல்லவர் காலத்துச் சித்திரமும், சோழர் காலத்துச் சித்திரமும் சுவர்களில் காணப்படுகின்றன. புதுக்கோட்டையைச் சார்ந்த சித்தன்னவாசல் குகைக் கோயிலிலும், திருநெல்வேலித் திருமலைபுரத்துக் குகைக்கோயிலிலும், பல்லவர் காலத்து ஓவியமும் பாண்டியர் காலத்து ஓவியமும் காணப்படுகின்றன. குகைக்கோயில் சித்திரங்களும் சுவர் ஓவியங்களே. குகையின் பாறைச் சுவரின் மேல் மெல்லியதாகச் சுதை பூசி அதன் மீது ஓவியங்கள் எழுதப்பட்டன. பண்டைக்காலத்தில் முக்கியமான கோயில்களில் ஓவியங்கள் எழுதப்பட்டிருந்தன. பிற்காலத்தில் அவை அழிக்கப் பட்டு மறைந்துவிட்டன.

ஓவியம் அழிக்கப்படுதல்

காஞ்சீபுரத்து நூற்றுக்கால் மண்டபத்தின் மேற்புற தளத்தில், ஓவியங்கள் எழுதப்பட்டிருந்ததைச் சில ஆண்டுகளுக்கு முன்னர் கண்டு வியப்படைந்தேன். இரண்டாண்டு கழித்து அந்த ஓவியங்களைப் படம் பிடிப்பதற்காகச் சென்றபோது அந்தோ! அந்தச் சிற்பங்கள் முழுவதும்

மறைக்கப்பட்டிருந்ததைக் கண்டேன். கோபி நிற நீறு நன்றாகப் பூசப்பட்டு சித்திரங்கள்யாவும் மறைக்கப்பட்டுக்கிடந்தன. இவ்வாறு கலையறிவு இல்லாத “தர்மகர்த்தர்கள்” எத்தனை கோயில்களில் எத்தனை சித்திரங்களை அழித்தார்களோ! பண்டைக்காலத்தில் கலைப் பெருமையறிந்த கலையன்பர்கள் பொருள் செலவுசெய்து சித்திரங்களை எழுதி அழகுபடுத்தி வைத்தார்கள். இக்காலத்துத் “தர்மகர்த்தர்கள்” அந்தச் சித்திரங்களைச் சுண்ணம் பூசி மறைத்துக் கோயிலை “அழகு” செய்கிறார்கள்!

“சுவரை வைத்தல்லவோ சித்திரம் எழுத வேண்டும்”

பண்டைக்காலத்தில் சுவர் ஓவியங்களே பெரிதும் எழுதப் பட்டன என்றும் அவை பெரும்பாலும் அரசர் அரண்மனைச் சுவர்களிலும் பிரபுக்களின் மாளிகைச் சுவர்களிலும் கோயில் சுவர்களிலும் எழுதப்பட்டிருந்தன என்று கூறினோம். பட்டினத்துப் பிள்ளையார், தாம் உலகக் காட்சியை மறந்து கடவுட் காட்சியையடைந்ததை, சுவரில் எழுதப்பட்ட ஓவியத்துக்கு உவமை கூறுகிறார். சுவரில் எழுதப்பட்ட சித்திரங்களைக் காண்பவன் அந்த ஓவியங்கள் காட்டும் காட்சிகளைக் கண்டு மனம் மகிழ்ந்து அவற்றில் ஈடுபடுகிறான். அவன் சற்று அருகில்வந்து அந்த ஓவியங்களைக் கையினால் தடவிப்பார்க்கும் போது அவை மறைந்து சுவராகத் தோன்றுவதைக் காண்கிறான். இந்த உவமையை அவர் தமது அநுபவத்துக்கு ஒத்திட்டுக் கூறுகிறார்.

**“யாவையும் எனக்குப் பொய்யெனத் தோன்றி
மேவரு நீயே மெய்யெனத் தோன்றினை
ஓவியப் புலவன் சாயல்பெற எழுதிய
சிற்ப விகற்பம் எல்லாம் ஒன்றில்
தவிராது தடவினர் தமக்குச்
சுவராய்த் தோன்றும் துணிவு போன்றனவே”**

(திருக்கழுமல மும்மணிக்கோவை 10.)

சுவர் சித்திரங்கள் பெரிதும் பயிலப் பட்டிருந்தபடியினால்தான். “சுவரை வைத்தல்லலோ சித்திரம் எழுத வேண்டும்” என்னும் பழமொழி வழங்குவதாயிற்று.

படம்

காவிரிப்பூம் பட்டினத்தில் இருந்த உவவனம் என்னும் பூந்தோட்டம். ஓவியக் கலைஞன் திரைச் சீலையில் அழகுபட

எழுதிவைத்த பூந்தோட்டம் போல இருந்தது என்று சீத்தலைச் சாத்தனார் கூறுகிறார்.

> "வித்தகர் இயற்றிய விளங்கிய கைவினைச்
> சித்திரச் செய்கைப் படாம் போர்த் ததுவே
> யொப்பத் தோன்றிய உவவனம்......"
>
> (மணிமேகலை; மலர்வனம் புக்க காதை.)

இதனால், அக்காலத்தில் திரைச்சீலையில் சித்திரம் எழுதும் வழக்கமும் இருந்தது என்பதையறியலாம். இதை "ஓவிய எழினி" என்று சிலப்பதிகாரம் கூறுகிறது (கடலாடு காதை - 169).

கண்ணுள் வினைஞர்

சித்திரக்காரர்கள் கண்ணுள் வினைஞர் என்று கூறப்படுகின்றனர். என்னை?

> "எண்வகைச் செய்தியும் உவமம் காட்டி
> நுண்ணிதி னுணர்ந்த நுழைந்த நோக்கிற்
> கண்ணுள் வினைஞர்." (மதுரைக்காஞ்சி. 516 - 518)

"பலவகைப்பட்ட கூரிதாக வுணர்ந்த தொழில்களையும் ஒப்புக் காட்டி கூரிய அறிவினையுடைய சித்திரக்காரிகளும்"

"சித்திரமெழுதுவார்க்கு வடிவின் தொழில்கள் தோன்ற எழுதுதற்கு அரிது என்பது பற்றிய செய்தியும் என்றார். நோக்கினார் கண்ணிடத்தே தம் தொழிலை நிறுத்துதலின் கண்ணுள் வினைஞர் என்றார்" என்பது நச்சினார்க்கினியர் உரை.

சித்திரக்காரப் புலி

கி.பி. 600-முதல் 630 வரையில் அரசாண்டவனும் திருநாவுக்கரசர் காலத்திலிருந்தவனுமான மகேந்திரவர்மன் என்னும் பல்லவ அரசன், தனது சிறப்புப் பெயர்களில் ஒன்றாகச் சித்திரக்காரப் புலி என்னும் பெயரைக் கொண்டிருந்தான். இதனால், இவன் சித்திரக் கலையில் வல்லவன் என்று தெரிகிறது. இவன் ஓவிய நூல் ஒன்றுக்கு ஒரு உரை எழுதினான் என்பதை இவ்வரசன், காஞ்சீபுரத்துக் கடுத்த மாமண்டூரில் அமைத்த குகைக் கோயில் சாசனம் கூறுகிறது.

ஓவிய நூல்

மாதவி என்னும் நாடகமகள், பல கலைகளைக் கற்றவள் என்றும் அவற்றில் ஓவியக் கலையையும் பயின்றாள் என்றும் மணிமேகலை கூறுகிறது.

"ஓவியச் செந்நூல் உரைநூற் கிடக்கையும்
கற்றுத்துறை போகிய பொற்றொடி மங்கை." (ஊர் அலர்: 31-32)

அடியார்க்கு நல்லார் காலத்திலும் ஓவியநூல் இருந்தது. அடியார்க்கு நல்லார் ஓவிய நூலைக் குறிப்பிடுகிறதோடு அந்நூலி லிருந்து ஒரு சூத்திரத்தையும் மேற்கோள் காட்டுகிறார்:

"ஓவிய நூலுள், நிற்றல் இருத்தல் கிடத்தல் இயங்குதல் என்றும் இவற்றின் விகற்பங்கள் பலவுள: அவற்றுள் இருத்தல்: - திரிதர வுடையனவும் திரிதரவில்லனவுமென இருபகுதியை: அவற்றுள் திரிதரவுடையன - யானை தேர்புரவி பூனை (?) முதலியன; திரிதர வில்லன ஒன்பது வகைப்படும். அவை - பதுமுகம், உற்கட்டிதம், ஒப்படி யிருக்கை, சம்புடம், அயமுகம், சுவத்திகம், தனிப்புடம், மண்டிலம், ஏகபாதம் எனவிவை. என்னை?

'பதுமுக முற்கட் டிதமே யொப்படி
யிருக்கை சம்புட மயமுகஞ் சுவத்திகந்
தனிப்புட மண்டில மேகபாத
முளப்பட வொன்பது மாகுந்
தரிதர வில்லா விருக்கையென்ப.'

என்றாராகலான்" (சிலம்பு, வேனிற்காதை, 23-26ஆம் அடிகளின் உரை).

ஓவியம் பற்றிய பெயர்கள்

ஓவியத்தை வட்டிகைச் செய்தி என்பர். என்னை? "வட்டிகைச் செய்தியின் வரைந்த பாவையின்" என்பது மணிமேகலை.

வண்ணம் தீட்டாமல் வரைந்த ஓவியத்துக்குப் புனையா ஓவியம் என்று பெயர் கூறப்படுகிறது. இதனை ஆங்கிலத்தில் (Outline Drawing) என்பர்.

"மனையகம் புகுந்து மணிமே கலைதான்
புனையா ஓவியம் போல நிற்றலும்"
(மணிமேகலை; ஆதிரை. 130-131.)

என்றும். "புனையா ஓவியம் புறம்போந் தென்ன" (சிறைக்கோட்டம் - 88) என்றும் மணிமேகலை கூறுகிறது.

"புனையா ஓவியம் கடுப்ப" என்று நெடுநல்வாடை (147) கூறுகிறது. இதற்கு, "புனையா ஓவியம் கடுப்ப-வண்ணங்களைக் கொண்டெழுதாத வடிவைக் கோட்டின சித்திரத்தை யொப்ப" என்று நச்சினார்க்கினியர் உரை எழுதுகிறார்.

ஓவியத் தொழிலுக்கு வட்டிகைச் செய்தி என்னும் பெயரும் உண்டு. வட்டிகை என்பது துகிலிகை (துகிலிகை - Brush).

காவிரிப்பூம்பட்டினத்திலே, தன் காதலியுடன் அமர்ந்து யாழ் வாசித்துக்கொண்டிருந்த எட்டி குமரன் என்பவன் திடீரென்று ஏதோ சிந்தனையில் ஆழ்ந்து ஓவியம்போன்று அசைவற்றிருந்ததைக் கூறுகிற சீத்தலைச் சாத்தனார் வட்டிகைச் செய்தி (ஓவியப் படம்) போல் இருந்தான் என்று கூறுகிறார்.

"தகரக் குழலாள் மன்னொடு மயங்கி
மகர யாழின் வான்கோடு தழீஇ
வட்டிகைச் செய்தியின் வரைந்த பாவையின்
எட்டி குமரன் இருந்தான்..............."

(மணிமேகலை : பளிக்கறை 55-58)

வட்டிகைப்பலகை என்பது, ஓவியர் ஓவியம் எழுதும் போது வர்ணங்களைக் குழைக்கும் பலகை.

பாலைபாடிய பெருங்கடுங்கோ என்பவர் அரசர் குலத்தில் பிறந்த புலவர். இவர், ஓவியர் சித்திரம் எழுதும் துகிலிகை, பாதிரிப் பூவைப்போல இருக்கும் என்று கூறுகிறார்.

"ஓவ மாக்கள் ஒள்ளரக் கூட்டிய
துகிலிகை யன்ன துய்த்தலைப் பாதிரி."

(நற்றிணை. 118)

என்பது அவர் வாக்கு.

சில ஓவியச் செய்திகள்.

கந்தரத்தனார் என்னும் புலவர், அழகிய பெண்மகள் ஒருத்தியை ஓவியக் கலைஞன் எழுதிய பெண் உருவத்திற்கு உவமை கூறுகிறார்:

"வல்லோன்
எழுதியன்ன காண்டகு வனப்பின்
ஐயள் மாயோள்........"

(நற்றிணை. 146)

என்று அவர் கூறுகிறார்.

ஓவியத்தைப் பற்றிச் சீவக சிந்தாமணி காவியத்தில் திருத்தக்க தேவர் குறிப்பிடுகிறார். தோலாமொழித் தேவரும் தமது சூளாமணிக் காவியத்தில் கூறுகிறார். கொங்குவேளிரும் பெருங்கதை என்னும் காவியத்திலே கூறுகிறார்.

கம்பர், தமது இராமாயணத்தில் தமிழ்நாட்டுப் பண்புகளை அமைத்துக் கூறுவது போலவே, இவர்களும் தமது காவியங்களில் தமிழ் நாட்டுக் கலைகள் பலவற்றை இடையிடையே அமைத்துக் கூறுகின்றனர், ஓவியக் கலையைப் பற்றி இவர்கள் கூறுவதைக் காண்போம்.

கொங்குவேளிர் தமது பெருங்கதை என்னும் நூலிலே கூறும் ஓவியத்தைப் பற்றிய செய்திகள் இவை:-

"எண்மெய்ப் பாட்டினுள் இரக்கம் மெய்ந்நிறீஇ
ஒண்வினை ஓவியர் கண்ணினை விருத்தியுள்
தலையது..." (உஞ்சைக்காண்டம்: நருமதை சம்பந்தம். 45-48)

"ஒன்பது விருத்தி நற்பதம் நுனித்த
ஓவவினை யாளர் பாவனை நிறீஇ
வட்டிகை வாக்கின் வண்ணக் கைவினைக்
கட்டளைப் பாவை...."

(இலாவாண காண்டம், நகர்வலங் கொண்டது. (40-44)

ஓவியக் கலைஞர் நகை, உவகை, அவலம், வீரம் முதலிய எட்டுவகை மெய்ப்பாடுகளையும், இருத்தல், கிடத்தல், நிற்றல் முதலிய ஒன்பது வகையான விருத்திகளையும் தமது சித்திரங்களில் அமைத்து எழுதியதை இப்பகுதிகள் விளக்குகின்றன.

உதயண மன்னன் பள்ளியறையுள் இருந்தபோது, அவ்வறையின் சுவர்களில் ஓவியக் கலைஞர் எழுதியிருந்த பூங்கொடி மான்மறி முதலிய ஓவியங்களைக் கண்டு வியந்தான் என்று கூறுகிறார்.

"வித்தகர் எழுதிய சித்திரக் கொடியின்
மொய்த்தலர் தாரோன் வைத்துநனி நோக்கிக்
கொடியின் வகையுங் கொடுந்தாள் மறியும்
வடிவமை பார்வை வகுத்த வண்ணமும்
திருத்தகை யண்ணல் விரித்துநன் குணர்தலின்
மெய்பெறு விசேடம் வியந்தனன் இருப்ப"

(மகத காண்டம் : நலனாராய்ச்சி. 97 -102.)

சிந்தாமணி காவியத்தை இயற்றிய திருத்தக்க தேவர், சோழ அரசர் பரம்பரையில் வந்தவர். அரச பரம்பரையில் வந்தவராதலின், அரண்மனைச் சுவர்களில் எழுதப்பட்டிருந்த சித்திரங்களைப் பற்றியும்

சித்திரக் கலையைப்பற்றியும் நன்கறிந்திருந்தார். ஆகவே, இவர் தமது காவியத்தில் ஓவியங்களைப் பற்றிச் சில இடங்களில் கூறுகிறார்.

மங்கையரின் அழகான உருவ அமைப்பைக் கூறும் போது, ஓவியக் கலைஞர் எழுதிய சித்திரம் போன்று அழகுடைய மங்கையர் என்று கூறுகிறார்:-

"உரைகிழித் துணரும் ஒப்பின் ஓவியப்
பாவை ஒத்தார்"

(காந்தருவ தத்தையார் 210)

என்றும்,

"ஓவியர்தம் பாவையினொ டொப்பரிய நங்கை"

(காந்தருவ தத்தையார் 23)

என்றும்,

"உயிர்பெற எழுதப்பட்ட ஓவியப் பாவை யொப்பாள்."

(சுரமஞ்சரி 55)

என்றும் கூறுகிறார்.

அநங்கமாவீணை என்னும் இயக்கி, சீவகனை மயக்குவதற்காக அவனை நோக்கினாள். அப்போது அவளுடைய அழகு, படத்தில் எழுதப்பட்ட பெண் உருவம் போன்று அழகாகக் காணப்பட்டதாம்:-

"வடுப்பிள வனைய கண்ணாள்
வல்லவன் எழுதப்பட்ட
படத்திடைப் பாவை போன்றோர்
நோக்கின ளாகி நிற்ப"

(கனகமாலையார் 17.)

என்று கூறுகிறார்.

விசையை என்னும் அரசி, தனக்குச் சுடுகாட்டிலே உதவி செய்த ஒரு பெண் தெய்வத்தின் உருவத்தையும், தான் ஏறிச் சென்ற மயிற்பொறி விமானத்தின் உருவத்தையும் அரண்மனைச் சுவரிலே ஓவியமாக எழுதுவித்த செய்தியைத் திருத்தக்க தேவர் கூறுகிறார்.

"தனியே துயருழந்து தாழ்ந்து
வீழ்ந்த சுடுகாட்டுள்
இனியாள் இடர்நீக்கி ஏமஞ்
சேர்த்தி உயக்கொண்ட
கனியார் மொழியாட்கும் மயிற்கும்
காமர் பதிநல்கி

முனியாது தான்காண மொய்கொள்
மாடத் தெழுது வித்தாள்." (முத்தி இலம்பகம் 5.)

மகளிர் சிலர் தமது வீடுகளிலே வர்ணங்களினாலே சித்திரங்களை எழுதிக் கொண்டிருந்தபோது, தெருவிலே நிகழ்ந்த ஒரு காட்சியின் சந்தடியைக் கேட்டுத் தாம் எழுதிய ஓவியங்களை அப்படியே விட்டுவிட்டுத் தெரு வாயிலில் வந்து நின்றதை ஒரு கவியில் கூறுகிறார்.

'வட்டிகை மணிப்பலகை வண்ணநுண் துகிலிகை
இட்டிடை நுடங்கநொந் திரியலுற்ற மஞ்ஞையில்
கட்டழ லுயிர்ப்பின்வெந்து கண்ணிதீந்து பொன்னுக
மட்டவிழ்ந்த கோதைமார்கள் வந்துவாயில்பற்றினார்.'

(குணமாலையார் - 259)

தக்க நாட்டிலே சீவகன் யாத்திரை செய்தபோது. அந்நாட்டில் காட்சியளித்த தாமரைக் குளங்கள், திரைச் சீலையில் ஓவியக் கலைஞன் எழுதிய தாமரைக் குளம் போலத் தோன்றின என்று கூறுகிறார்.

"படம்புனைந் தெழுதிய வடிவில் பங்கயத்
தடம்பல தழீஇயது தக்க நாடு" (கேமசரியார் - 28)

குணமாலை என்னும் கன்னிகை தன் தோழியுடன் பல்லக்கு ஏறி வீதி வழியே சென்று கொண்டிருந்தாள். அப்போது, அசனிவேகம் என்னும் பெயருள்ள யானை மதங்கொண்டு, பாகர்க்கு அடங்காமல் வீதி வழியே ஓடிவந்தது. குணமாலையின் பல்லக்கைத் தூக்கிச் சென்றவர் மதயானைக்கு அஞ்சி சிவிகையைக் கீழே வைத்துவிட்டு உயிர் தப்பி ஓடிவிட்டார்கள். யானை குணமாலைக்கு அருகில் வந்துவிட்டது. தப்பி ஓட முடியாமல் அவள் அஞ்சி நடுங்கினாள். அப்போது தோழர்களோடு அவ்வழியே வந்த சீவகன், கன்னியின் ஆபத்தைக் கண்டு, யானைப் போரில் பழகியவன் ஆதலின், திடுமென ஓடி, சிங்கம்போல் கர்ச்சித்து, யானையின் முன்பு பாய்ந்து, அதன் இரண்டு கொம்புகளையும் பிடித்து அதன் மதத்தையடக்கினான். குணமாலை அச்சத்தால் மெய் நடுங்கி நின்றாள்.

அப்போது அவன் தற்செயலாக அவள் முகத்தை நோக்கினான். அவளுடைய அழகான முகத்தில் அச்சம் என்னும் மெய்ப்பாடு அமைந்திருந்ததைக் கண்டான். இவ்வாறு யானையையடக்கி, கன்னிகையின் துயரத்தை நீக்கிய பிறகு, சீவகன் தன் இல்லஞ் சென்றான். சென்று, ஓவியக்கலையில் வல்லவனான இவன், யானையின்

முன்னிலையில் குணமாலை அஞ்சி நடுங்கிய அச்சம் என்னும் மெய்ப்பாடு தோன்றும்படி ஒரு சித்திரத்தை எழுதினான் என்று திருத்தக்க தேவர் கூறுகிறார். அச்செய்யுள் இது.

“கூட்டினான் மணிபல தெளித்துக் கொண்டவன்
தீட்டினான் கிழிமிசைத் திலக வாள்நுதல்
வேட்டமால் களிற்றின்முன் வெருவி நின்றதோர்
நாட்டமும் நடுக்கமும் நங்கை வண்ணமே.”

(குணமாலையார் 155.)

தென்னிந்திய ஓவியம்

தென் இந்திய சித்திரங்கள் பண்டைக் காலத்தில் சிறப்புற்றிருந்தன. ஹைதராபாத்து இராச்சியத்தின் வடகோடியில் பரத்பூருக்கு அருகில் உள்ள அஜந்தா மலைக்குகை ஓவியங்களும், புதுக்கோட்டை இராச்சியத்தின் சித்தன்னவாசல் குகைக் கோயில் ஓவியங்களும், திருமலைபுரம் மலையடிப்பட்டி ஓவியங்களும், இலங்கை சிகிரியா மலை மதில் ஓவியங்களும் தென்னிந்திய ஓவியமரபைச் சேர்ந்தவை.

நமது நாட்டிலே இப்போதுள்ள சுவர் சித்திரங்கள் மிகச் சிலவே. ஏனென்றால். கி.பி. 600க்கு முன்னர் இருந்த கோயில் கட்டிடங்கள் எல்லாம் செங்கல் சுண்ணாம்புகளினால் கட்டப்பட்டவை. ஆகவே அக்கட்டிடங்கள் விரைவில் அழிந்து விட்டன. அக்கட்டிடங்களோடு சுவர் சித்திரங்களும் அழிந்து விட்டன. கி.பி. 600-க்குப் பின் உண்டான குகைக் கோயில்கள், கற்றளிகள் என்னும் கட்டிடங்களில் எழுதப்பட்ட ஓவியங்களில் பெரும்பான்மையும் இப்போது அழிந்து விட்டன. ஏனென்றால், நுண்கலைகளில் மிக எளிதாகவும் விரைவாகவும் அழிந்து விடக்கூடியது ஓவியக்கலை. ஆகவே அவை, பராமரிப்புக் குறைவு காரணமாகவும் காலப் பழைமை காரணமாகவும் அழிந்து விட்டன.

தமிழ்நாட்டிலே இப்போதுள்ள மிகப் பழைய ஓவியம் சித்தன்னவாசல் குகைக் கோயில் ஓவியமே. அதற்கடுத்த படியாக உள்ளவை காஞ்சி கயிலாசநாதர் கோயில் மதில் ஓவியங்கள். அதற்குப் பிற்பட்டவை தஞ்சாவூர் பெரிய கோவில் ஓவியங்கள் முதலியவை. இவற்றை ஒவ்வொன்றாக விளக்குவோம்.

சித்தன்னவாசல் ஓவியம்

அன்னவாசல் என்னும் பெயருள்ள ஊர்கள் புதுக்கோட்டையில் சில உள்ளன. அப்பெயருள்ள ஊர்களில் சித்தன்னவாசல் என்பதும்

ஒன்று. இது புதுக்கோட்டைக்கு வடமேற்கே பத்துமைலுக்கப்பால் இருக்கிறது. இக்கிராமத்துக்கு அருகிலே மலையின்மேலே சிறு குகைக்கோயில் ஒன்று உண்டு. இது ஜைன சமயக்கோயில். இக் கோயிலை அமைத்தவன் பல்லவ அரசனாகிய முதலாம் மகேந்திர வர்மன் (கி.பி. 600-630) ஆவான். (இவ்வரசன் வரலாற்றைப் பற்றியும் சித்தன்னவாசல் ஓவியங்கள் பற்றியும் இந்நூலாசியர் எழுதியுள்ள மகேந்திரவர்மன் என்னும் நூலில் காண்க). இந்த அரசன் இசைக்கலை, நாடகக் கலை, சிற்பக்கலை முதலிய கலைகளில் வல்லவன். அன்றியும் சித்திரக் கலையிலும் வல்லவன். இதனால் அவனுக்குச் சேதகாரி, சங்கீர்ணஜாதி, சித்திரக்காரப்புலி முதலிய சிறப்புப் பெயர்கள் உண்டு. இந்த அரசன், தக்ஷிண சித்திரம் என்னும் பழைய ஓவிய நூலுக்கு உரை எழுதினான் என்று இவன் அமைத்த மாமண்டூர் குகைக்கோயில் சாசனம் கூறுகிறது என்பர்.

இவன் உண்டாக்கிய சித்தன்னவாசல் குகைக்கோயிலிலே இவன் காலத்தில் எழுதப்பட்ட சுவர் ஓவியங்கள் சில காணப்படுகின்றன. இவ்வோவியங்கள், காலப்பழைமையிலும், மாட்டுக்காரப் பயல்களின் அட்டூழியத்தினாலும், இங்குவந்து தங்கியிருந்த மனிதர்களின் கவலை யின்மையினாலும் பெரிதும் அழிந்துவிட்ட போதிலும், இப்போதும் குற்றுயிராகக் காணப்படுகின்றன. இப்போது இவ்வோவியங்கள் ஒளிமழுங்கிக் காணப்படுகிறபடியால், இவற்றைப் பார்க்கச் சென்றவர்களில் சிலர் இவற்றைப் பாராமலே திரும்பி விட்டதும் உண்டு.

சித்தன்னவாசல் சுவர் ஓவியங்கள் இடைக்காலத்திலே பொது ஜனங்களுக்குத் தெரியாமல் மறைந்திருந்தன. 1919-இல் திரு. T.A. கோபிநாத ராயர் அவர்கள் தற்செயலாக இந்த ஓவியங்களைக் கண்டுபிடித்து அதனைப் புதுச்சேரியில் இருந்த ழூவோ தூப்ராய் அவர்களுக்குத் தெரிவித்தார். பிரெஞ்சுக்காரரான ழூவோ தூப்ராய் அவர்கள், பல்லவர் சரித்திரம், பல்லவர் கலை முதலியவற்றை ஆராய்வதில் ஊக்கமுள்ளவர். அவர் உடனே சித்தன்னவாசலுக்குச் சென்று அங்குள்ள சுவர் ஓவியங்களைக் கண்டு அவற்றின் அருமை பெருமைகளைப் பற்றிப் பொதுமக்களுக்கு அறிவித்தார். இவ்வாறு சித்தன்னவாசல் ஓவியம் வெளிப்படுத்தப்பட்டது.

சித்தன்னவாசல் சுவர் ஓவியங்களில் எழுதப்பட்டுள்ள ஓவியங்களில் குறிப்பிடத் தக்கவை, மகேந்திரவர்மனும் அவன் அரசியும் ஆகியவர்களின் உருவச் சித்திரங்களும், இரண்டு நடன மாதர்களின் ஓவியங்களும், காதிகா பூமி என்னும் பெயருள்ள தாமரைகள் நிறைந்த அகழியின் ஓவியமும் ஆகும்.

கயிலாசநாதர் ஓவியம்

சித்தன்ன வாசல் ஓவியத்துக்குச் சற்றுப் பிற்பட்ட காலத்தது காஞ்சீபுரத்துக் கயிலாசநாதர்கோயில் சுவர் ஓவியங்கள். கயிலாசநாதர் கோயிலுக்கு இராஜ சிம்மேசுவரம் என்பது பழைய பெயர். ஏனென்றால் இராஜசிம்மன் என்னும் இரண்டாம் நரசிம்மவர்மன் (கி.பி. 680-700) இக்கோயிலைக் கட்டினான். கற்றளிகளைக் கட்டும் புதிய முறையை உண்டாக்கினவன் இவ்வரசனே. மாமல்லபுரத்துக் கடற்கரைக் கோயிலைக் கட்டியவனும் இவனே. இவன் காஞ்சியில் கட்டிய இக் கயிலாசநாதர் கோயிலிலே சுவர் ஓவியங்களையும் எழுதுவித்தான்.

நெடுங்காலம் மறைந்திருந்த இக்கோயில் சுவர் ஓவியங்களை மூவோ தூப்ராய் அவர்கள் 1931-இல் கண்டுபிடித்து, அதனை வெளிப்படுத்தினார்கள். ஆனால், இங்குள்ள ஓவியங்கள் பெரிதும் சிதைந்து அழிந்துவிட்டன. உருப்படியான ஓவியங்கள் இங்குக் காணப்படவில்லை. முகத்தின் ஒருபகுதி ஒரு இடத்திலும், இன்னொரு ஓவியத்தின் உடல் மட்டும் ஒரு இடத்திலும், இன்னொரு ஓவியத்தின் கை மட்டும் இன்னொரு இடத்திலும், மற்றொரு ஓவியத்தின் கண் காதுகள் மட்டும் இன்னொரு இடத்திலும், இப்படிச் சிற்ப உறுப்புகள் சிதைந்து சிதைந்து காணப்படுகின்றன. சில மங்கலான வர்ணங் களுடன் காணப்படுகின்றன. சில, வர்ணங்கள் முழுவதும் அழிந்து கரிய கோடுகளையுடைய புனையா ஓவியங்களாகக் (Outline drawing) காணப்படுகின்றன.

சில ஆண்டுகளுக்கு முன்னர் இக்கோயில் ஓவியத்தைக் கண்ட போது அழுகைச்சுவையும் உவகைச் சுவையும் என் மனத்திலே தோன்றின. இவ்வளவு அழகான ஓவியங்கள் ஒன்றேனும் உரு தெரியாமல் சின்னாபின்னப்பட்டுப் போயினவே என்பது பற்றித் துன்ப உணர்ச்சியும், சிதைந்து போன சித்திரங்களையேனும் காணப்பெற்றேனே என்னும் உவகையுணர்ச்சியும் தோன்றின. இயல்பாகவே சித்திரங்களில் ஆர்வம் உள்ள எனக்கு அழிந்துபோன இச்சித்திரங்களைக் கண்டபோது, எனது நெருங்கிய உற்றார் உறவினர் இறந்தபோது உண்டான உணர்ச்சியே உண்டாயிற்று.

இவற்றில் ஒரு காட்சி இன்னும் என் மனத்தை விட்டு அகல வில்லை. அது என்னவென்றால், முழுவதும் அழிந்துபோன ஒரு ஓவியத்தின் ஒரு சிறு பகுதியே. இந்த ஓவியத்தில் நான் கண்டது ஒரு வாலிபனுடைய முகத்தின் ஒருபாதிதான். நெற்றியின் ஒருபாதி,

ஒரு கண், மூக்கின் ஒருபாதி, வாயின் ஒருபாதி ஆகிய இவை மட்டுந்தான் அதில் காணப்பட்டன. இதன் அளவு ஏறக்குறைய இரண்டு அங்குலம் இருக்கும். இதில் வர்ணங்கள் முழுவதும் அழிந்துபோய் கரிய நிறக் கோடுகள் மட்டுமே இவ்வோவியத்தின் கண், புருவம், மூக்கு, வாய், காதுகளைப் புனையா ஓவியமாகக் காட்டி நின்றன. இந்தச் சிறு ஓவியத்தை, முகத்தின் ஒரு பாதியைத் தற்செயலாகக் கண்ட எனக்கு ஏதோ உணர்ச்சி தோன்றி அங்கேயே நின்று விட்டேன். அந்தக் கண் என்னிடம் ஏதோ சொல்லுவது போலத் தோன்றிற்று. அதையே பார்த்துக் கொண்டு நெடுநேரம் நின்றேன். அந்த ஓவியப் பகுதி என் மனத்தில் பதிந்து இன்றும் மனக்கண்ணில் காணப்படுகிறது. அது அழியாமல் முழு ஓவியமாக இருந்தால் எவ்வளவு அழகாக இருக்கும்!

வேறு சில ஓவியங்கள்

திருநெல்வேலி மாவட்டம் திருமலைபுரத்தில் உள்ள குகைக் கோயிலிலும் பழைய சுவர் ஓவியங்கள் காணப்படுகின்றன. இவற்றைக் கண்டுபிடித்தவரும் ழூவோ தூப்ராய் அவர்களே. இங்குள்ள ஓவியங்கள் காலப் பழைமையால் பெரிதும் ஒளி மழுங்கியிருப்பதோடு அழிந்தும் சிதைந்தும் உள்ளன. மத்தளம் வாசிப்பவள் உருவம், ஆண்பெண் உருவங்கள், இலைக்கொடி, பூக்கொடி, வாத்து இவைகளின் ஓவியங்கள் சிதைந்தும் அழிந்தும் காணப்படுகின்றன. மலையடிப்பட்டி குகைக் கோயிலிலும், பழைய காலத்து ஓவியங்கள் காணப்படுகின்றன. இவையும் காலப் பழைமையால் மழுங்கி மறைந்துவிட்டன.

தஞ்சைக் கோயில் ஓவியம்

கி.பி. 11-ஆம் நூற்றாண்டின் தொடக்கத்திலே இராஜராஜ சோழனால் அமைக்கப்பட்டது தஞ்சாவூர் பெரியகோயில் என வழங்குகிற இராஜராஜேச்சுரம். இக்கோயிலில் இராஜராஜன் காலத்திலேயே எழுதப்பட்ட சோழர் காலத்து ஓவியங்கள் உள்ளன. இந்த ஓவியங் களும் நெடுங்காலமாக மறைந்திருந்தன: இல்லை, மறைக்கப் பட்டிருந்தன.

சோழர் காலத்தில் கி.பி. 11-ஆம் நூற்றாண்டில் எழுதப்பட்ட இந்தச் சித்திரத்தின் மேலே, கி.பி. 17-ஆம் நூற்றாண்டிலே தஞ்சையை அரசாண்ட நாயக்க மன்னர்கள் (இவர்கள், விஜயநகர அரசருக்குக் கீழடங்கி அரசாண்ட தெலுங்கர்கள்), வேறு புதிய ஓவியத்தை எழுதி மறைத்து விட்டார்கள். புதிய ஓவியத்தின் கீழே இருந்த சோழர் காலத்துச் சித்திரம் நெடுங்காலம் மறைக்கப்பட்டிருந்தது. மறைக்கப் பட்டிருந்த சோழர் காலத்துச் சித்திரங்களைக் கண்டுபிடித்தவர்,

அண்ணாமலைப் பல்கலைக்கழகத்தில் பேராசிரியராக இருந்து காலஞ்சென்ற திரு. எஸ். கே. கோவிந்தசாமி அவர்கள்.

இந்தப் பழைய சித்திரம் அவ்வளவாகச் சிதைந்து அழிந்துவிட வில்லை. வர்ணம் மட்டும் சிறிது மங்கிவிட்டது. இந்த ஓவியம் சுந்தரமூர்த்தி நாயனாருடைய வரலாற்றை விளக்குகிறதாக உள்ளது. சுந்தரமூர்த்திகளை, இறைவன் வயோதிகப் பிராமணன் வேடத்துடன் வந்து அடிமை முறியோலையைக் காட்டி ஆட் கொண்டதும், சுந்தரமூர்த்திகள் சேரமான்பெருமாள் நாயனாருடன் கயிலையங் கிரிக்குச் செல்வதும், கயிலையங்கிரியில் பரமசிவன் பார்வதியுடன் வீற்றிருக்கும் காட்சியும், இசைப் பாடல்களுடனும் இசைக்கருவி களுடனும் சிலர் நடனம் ஆடும் காட்சியும் இந்த ஓவியத்திலே இடம் பெற்றிருக்கின்றன.

நாயக்கர் காலத்து ஓவியம்

தஞ்சை, மதுரை ஆகிய இடங்களில் அரசாண்ட நாயக்கர் மன்னர்களும் சுவர் ஓவியங்களை அமைத்திருக்கிறார்கள். தஞ்சை நாயக்க அரசர், தஞ்சைப் பெரிய கோயிலில் அமைத்த ஓவியங்களை மேலே குறிப்பிட்டோம். மதுரை நாயக்கர் ஓவியங்கள், மதுரை மீனாட்சியம்மன் கோயில் முதலிய இடங்களில் இருக்கின்றன.

பழைய கோயில்களிலே இன்றும் சில ஓவியங்கள் மறைந்துள்ளன. அவை முற்காலத்து ஓவியங்களும் பிற்காலத்து ஓவியங்களுமாக இருக்கும். இவற்றையெல்லாம் கண்டுபிடித்துப் பாதுகாக்க வேண்டும். பழைய பல்லவர் காலத்துக் கோயில்கள் சிலவற்றில் இடைக்காலத்து ஓவியங்களும் பிற்காலத்து ஓவியங்களும் இருப்பதைக் கண்டிருக்கிறேன். பிற்காலத்து ஓவியங்களாக இருந்தாலும் அவற்றையும் பாதுகாக்க வேண்டும்.

இசைக்கலை

அழகுக் கலைகளில் நான்காவது இசைக்கலை. இதனை இசைத் தமிழ் என்றும் கூறுவர். இது காதினால் கேட்டு இன்புறத்தக்க இன்கலை. தமிழர் வளர்த்த இயல் இசை நாடகம் என்னும் முத்தமிழ்களில் இது ஒன்று. ஆகவே இது தமிழர் வளர்த்த கலைகளில் மிகப் பழமையானது.

இசைத்தமிழ் இலக்கிய நூல்களையும் இசைத்தமிழ் இலக்கண நூல்களையும் புலவர்கள் பழங்காலத்திலே எழுதியிருந்தார்கள். அவற்றில் சில இப்போது பெயர் தெரியாமலே மறைந்து விட்டன. மற்றும் சில பெயர் மட்டும் கேட்கப்படுகின்றன.

பரிபாடல்

சங்க காலத்திலே பரிபாடல் என்னும் இசைப் பாடல்கள் பல பாடப்பட்டிருந்தன. பரிபாடல்கள் இசைப்பாடல்கள் என்பதைப் பரிமேலழகர் உரையினால் அறிகிறோம். "பரிபாடல் என்பது இசைப்பாவாதலான், இஃது இசைப் பகுப்புப் படைத்த புலவரும் பண்ணுமிட்டே..." என்று எழுதியிருப்பதனால் அறியலாம் (பரிபாடல் கடவுள் வாழ்த்துஉரை இவ்வுரைப் பகுதி மறைந்துவிட்டது).

"அவையாவன, கலியும் பரிபாடலும் போலும் இசைப்பாட்டாகிய செந்துறை மார்க்கந்தன வென்பது." இது, பேராசிரியர் உரை (தொல்.பொருள்.செய்யுள் 242 உரை).

யாப்பருங்கல விருத்தியுரைக் காரரும், பரிபாடல் இசைத் தமிழைச் சேர்ந்தது என்று கூறுகிறார். அவர் எழுதுவது :

"செந்துறை மார்க்கம் (இசைப்பாடல்) ஆமாறு... நாற்பெரும் பண்ணும் இருபத்தொரு திறனும் ஆகிய இசையெல்லாஞ் செந்துறை... செந்துறை என்பது பாடற்கேற்பது..... செந்துறை விரி மூவகைய : செந்துறையும், செந்துறைச் செந்துறையும், வெண்டுறைச் செந்துறையும் என. அவற்றுட் செந்துறைப் பாட்டாவன : பரிபாடலும் மகிழிசையும், காமவின்னிசையும் என்பன என்னை?

"தெய்வங் காம
மையில் பொருளாம் பரிபாடல்லே
மகிழிசை நுண்ணிசை யுரிபெரு மரபிற்
காமவின் னிசையே யாற்றிசை யிவற்றைச்
செந்துறை யென்று சேர்த்தினர் புலவர்"

என்றாகலின்" (யாப்பருங்கலம். ஒழிபியல் உரைமேற்கோள்).

அன்றியும், இப்போது கிடைத்துள்ள இருபத்தொரு பரிபாடல் களுக்கு, அப்பாட்டுகளைப் பாடிய புலவர் பெயர்களும் அப்பாட்டுக்குப் பண்வகுத்த இசைப் புலவர் பெயர்களும் பண் பெயரும் எழுதப் பட்டிருப்பதனாலே, பரிபாடல்கள் இசைப்பாடல்கள் என்பதை ஐயமற உணரலாம். இப்பரிபாடல் இருபத்தொன்றுக்கும் பண் வகுத்த இசைப் புலவர்களின் பெயர்களாவன:

பெட்டைனாகனார், கண்ணனாகனார், மருத்துவன் நல்லச்சுதனார், பித்தாமத்தர், நாகனார், நன்னாகனார், தமிழரில் நாகர் என்னும் பிரிவினர் பண்டைக்காலத்தில் இருந்தார்கள். அவர்கள் இசைப் பயிற்சியில் தேர்ந்தவர்களாயிருந்தனர்.

கணக்கற்ற பரிபாடல்கள் முற்காலத்தில் இருந்தன என்றும் அவற்றில் பெரும்பாலும் இப்போது இறந்துபட்டன என்றும் தெரிகின்றன. என்னை? இறையனார் அகப்பொருள் உரையாசிரியர், தலைச் சங்கத்தைக் கூறுமிடத்தில், "அவர்களாற் பாடப்பட்டன எத்துணையோ பரிபாடலும் முதுநாரையும் முதுகுருகும் களரியா விரையுமென இத் தொடக்கத்தன" என்று கூறுகிறார். பின்னர் கடைச்சங்க காலத்தைக் கூறுமிடத்தில், "அவர்களாற் பாடப்பட்டன நெடுந்தொகை நானூறும், குறுந்தொகை நானூறும், நற்றிணை நானூறும், புறநானூறும், ஐங்குறுநூறும், பதிற்றுப்பத்தும், நூற்றைம்பது கலியும், எழுபது பரிபாடலும், கூத்தும், வரியும், சிற்றிசையும், பேரிசையு மென இத் தொடக்கத்தன" என்று எழுதுகிறார்.

இவர் கூறிய முதற்சங்க காலத்து "எத்துணையோ பரிபாடல்களில்" இக்காலத்து ஒரு பாடலேனும் எஞ்சி நிற்கவில்லை; கடைச் சங்கத்தார் பாடிய "எழுபது பரிபாடல்களில்" இப்போது உருப்படியாக இருப்பது இருபத்தொரு பரிபாடல்களே. மற்றவை அழிந்து விட்டன.

பரிபாடல் இசை மறைவு

இப்போதுள்ள இசைப்புலவர்கள் பரிபாடல்களைப் பாடுவது இல்லை. அதனை எப்படிப் பாடுவது என்பதையும் இப்போதுள்ளவர் அறியார் போலும். இதுபற்றி முத்தமிழ்ப் புலவர், பேராசிரியர் உயர்திரு. விபுலாநந்த அடிகளார் தமது யாழ்நூல் என்னும் இசைத் தமிழ் நூலிலே இவ்வாறு கூறுகிறார்:-

"முதலூழி யிறுதிக்கண் கடல்கொண்ட தென் மதுரையகத்துத் தலைச்சங்கத்து அகத்தியனாரும், இறையனாரும், குமரவேளும்,

முரஞ்சியூர் முடிநாகராயரும், நிதியின் கிழவனும் என்றிவருள்ளிட்டோரிருந்து தமிழராய்ந்த காலத்திலே, எண்ணிறந்த பரிபாடலும் முதுநாரையும், முதுகுருகும், களரியாவிரையு முள்ளிட்டன புனையப் பட்டனவென அறிகின்றோம். கடைச் சங்கத்துத் தொகுக்கப்பட்ட தொகை நூல்களுள் ஒன்றாகிய எழுபது பரிபாடலின் ஒரு பகுதி நமக்குக் கிடைத்துள்ளது. கிடைத்த பகுதியினை நோக்கித் தமிழிசையின் வளத்தினையும் பாடலிலமைந்த விழுமிய பொருளினையுங் கண்டு இறும்பூதெய்துகின்றோம். நமக்குக் கிடைத்த ஒரு சில பரிபாடல்களின் நலத்தினை நோக்கித் தலைச்சங்கத்தார் புனைந்த எண்ணிறந்த பரிபாடல்கள் எத்துணை வளஞ்சிறந்தனவோவென வெண்ணி உளமுருகுகின்றோம். பாடற் பின்னாகப் பாடற்றுறையும், பாடினார் பெயரும், பண்ணின் பெயரும், இசை வகுத்தார் பெயரும் தரப் பட்டிருக்கின்றன. நாகனார், பெட்டைனாகனார், நன்னாகனார், கண்ணனாகனார் என நின்ற பெயர்களை நோக்குமிடத்து, இசை வகுத்த பாணர் நாக குலத்தினராமோ என எண்ண வேண்டியிருக்கிறது. கேசவனார், நல்லச்சுதனார் என்போர் பாடினோராகவும், இசை வகுத்தோராகவும் இருக்கின்றனர். இவர் தாம் வகுத்த இசையினை ஒரு முறைப்பற்றி எழுதியிருத்தல் வேண்டும். அம்முறையும், முறைப் பற்றிய இசைக் குறிப்பும் நமக்குக் கிடைத்தில" (யாழ்நூல், பாயிரவியல், பக்கம் 16).

இசைப்பாணர்

பண்டைக்காலத்தில் தமிழ் நாட்டிலே இசைக்கலையில் வல்லவராயிருந்தவர் பாணர் என்னும் இனத்தவர். சங்க காலத்திலே பாணர்கள், அரசர், சிற்றரசர், செல்வர் முதலியவர் இல்லங்களுக்குச் சென்று இசைப்பாடல் பாடி வந்தனர். ஆகவே, அவர்களால் போற்றப்பட்டார்கள். பாணருக்குப் புரவலர்கள் பொன்னையும் பொருளையும் வழங்கினார்கள். அக்காலத்தில் சமுதாயத்திலே உயர்நிலை பெற்றிருந்த பாணர், சில நூற்றாண்டுகளுக்குப் பின்னர் தாழ்ந்த நிலையையடைந்து தீண்டப்படாதவர் நிலையில் தாழ்த்தப் பட்டனர்.

கி.பி. 7-ஆம் 8-ஆம் 9-ஆம் நூற்றாண்டுகளில் இருந்த பேர் பெற்ற இசைப்பாணர்கள், திருஞான சம்பந்தருடன் இசைப்பண் வாசித்த திருநீலகண்ட யாழ்ப்பாணரும், திருமால் அடியவரான திருப்பாணாழ்வாரும், வரகுண பாண்டியன் காலத்தில் இருந்த பாணபத்திரரும் ஆவர். கி. பி.10-ஆம் நூற்றாண்டிலே இசைப் பாணர் மரபு அருகிவிட்டது.

தேவாரத் திருமுறைகளைத் தொகுத்த நம்பியாண்டார் நம்பியும் அபயகுலசேகர சோழ மகாராசரும், அத்திரு முறைகளுக்குப் பண் அடைவு தெரியாமல் மயங்கிக் கடைசியில் திருவெருக்கத்தம் புலியூருக்குச் சென்றார்கள். ஏனென்றால் திருவெருக்கத்தம் புலியூரில் தான் திருநீலகண்ட யாழ்ப்பாணரின் பரம்பரையினர் வாழ்ந்திருந்தனர். இவர்கள் தேவாரத்திற்குப் பண்ணடைவு அமைக்கச் சென்றபோது, அவ்வூரில் அக்குலத்தில் இருந்தவர் ஒரு பெண்மணியே. அவ்வம்மையார் அமைத்துக்கொடுத்த பண் அமைப்புக்களே இப்போது தேவாரத்தில் காணப்படுகிற பண் அடைவுகள்.

சில இசை நூல்கள்

பண்டைக் காலத்திலே இசைத் தமிழ் நூல்கள் இருந்தன என்று கூறினோம். அவற்றை இங்கு ஆராய்வோம். இசைப் பாட்டாகிய பரிபாடல்களையும் முதுநாரை, முதுகுருகு என்னும் நூல்களையும் முதற் சங்க காலத்தில் இயற்றினார்கள் என்று இறையனார் அகப் பொருள் உரை கூறுகிறது. இவை இசைத்தமிழ் நூல்கள் என்று தெரிகின்றன.

அடியார்க்கு நல்லார், "இசைத்தமிழ் நூலாகிய பெருநாரை, பெருங் குருகும், தேவவிருடி நாரதன் செய்த பஞ்ச பாரதீய முதலாயுள்ள தொன்னூல்களுமிறந்தன" (சிலப்பதிகாரம், உரைப்பாயிரம்) என்று எழுதுகிறார். இவர் கூறுகிற பெருநாரை பெருங்குருகும், இறையனார் அகப்பொருள் உரை கூறுகிற முதுநாரை முதுகுருகும் ஒன்றுபோலும். இந்நூல்களைப் பற்றி வேறு செய்திகள் தெரியவில்லை.

இறையனார் அகப்பொருள் உரைப்பாயிரத்தில் சிற்றிசை, பேரிசை என்னும் இரண்டு இசைத் தமிழ் நூல்கள் கூறப்படுகின்றன. என்னை? "அவர்களால் (கடைச்சங்கத்தாரால்) பாடப்பட்டன.... எழுபது பரிபாடலும் கூத்தும் வரியும் சிற்றிசையும் பேரிசையும் என்று இத் தொடக்கத்தன" என்று வருவது காண்க. இந்த இசைத் தமிழ் நூல்களைப் பற்றியும் வேறு செய்திகள் தெரியவில்லை.

பஞ்ச பாரதீயம்

இந்நூலை நாரதர் என்பவர் இயற்றினார் என்றும் அந்நூல் மறைந்து போயிற்று என்றும் உரையாசிரியர் அடியார்க்கு நல்லார் கூறுகிறார் (சிலப்பதிகாரம், உரைப்பாயிரம்). நாரத முனிவர் வழி வந்தது தமிழ்நாட்டு இசை மரபு என்று கூறப்படுவதும் இங்குக் கருதத்தக்கது. இந்தக் கர்ண பரம்பரை வழக்கு. நாரத முனிவர் தமிழில் பஞ்ச பாரதீயம் என்னும் நூலை இயற்றினார் என்பதனாலும் உறுதிப்படுகிறது.

சிலப்பதிகாரம் இயற்றிய இளங்கோவடிகளும், நாரதர் இசையைச் சிறப்பாகக் கூறுகிறார். என்னை?

"நாரத வீணை நயந்தெரி பாடல்" (சிலம்பு: கடலாடு காதை) என்றும், "முது மறைதேர் நாரதனார் முந்தை முறை நரம்புளர்வார்" என்றும், "குயிலுவருள் நாரதனார் கொளைபுணர்சீர் நரம்புளர்வார்" என்றும் கூறியது காண்க (சிலம்பு: ஆய்ச்சியர் குரவை, ஒன்றன் பகுதி).

நாரத முனிவர் வடமொழியிலும் நாரத சிட்சை என்னும் நூல் இயற்றினார் என்றும் அதுவும் அழிந்து போயிற்று என்றும் கூறுவர்.

நாரதர் இயற்றிய பஞ்ச பாரதீயத்திலிருந்து இசை இலக்கணச் சூத்திரம் ஒன்றை அடியார்க்கு நல்லார் தமது உரையில் மேற்கோள் காட்டுகிறார் (வேனிற்காதை - 29, 30 வரிகளின் உரை).

அச்சூத்திரம் இது:-

இன்னிசை வழியதன்றி யிசைத்தல்செம் பகையதாகும்
சொன்னமாத் திரையினோங்க விசைத்திடுஞ் சுருதியார்ப்பே
மன்னிய விசைவ ராது மழுங்குதல் கூட மாகும்
நன்னுதால் சிதற வுந்த லதில்வென நாட்டினாரே

என்பதனாற் கொள்க. இது பஞ்ச பாரதீயம்.

இசை நுணுக்கம்

இந்நூலை இறையனார் அகப்பொருள் உரையாசிரியரும் சிலப்பதிகார உரையாசிரியர் அடியார்க்கு நல்லாரும் குறிப்பிடு கிறார்கள். அநாகுலன் என்னும் பாண்டியனுடைய மகன் சயந்த குமாரன் (சாரகுமாரன் என்றும் பெயர்) என்பவனுக்கு இசை கற்பிப்பதற்காக, சிகண்டி என்னும் முனிவர் இந்நூலை இயற்றினார் என்று அடியார்க்கு நல்லார் கூறுகிறார் (சிலம்பு:உரைப்பாயிரம்).

இசை நுணுக்கத்திலிருந்து நான்கு செய்யுள்களை அடியார்க்கு நல்லார் மேற்கோள் காட்டுகிறார் (சிலம்பு, அரங்கேற்றுக்காதை, 26-ஆம் வரி உரையிலும், கடலாடு காதை 35, 36 - ஆம் உரையிலும்). அவர் மேற்கோள் காட்டும் செய்யுள்களில் ஒன்று இது:-

"என்னை?
செந்துறை வெண்டுறை தேவபா ணியிரண்டும்
வந்தன முத்தகமே வண்ணமே-கந்தருவத்
தாற்றுவரி கானல் வரிமுரண் மண்டிலமாத்
தோற்று மிசையிசைப்பாச் சுட்டு
என்றார் இசை நுணுக்க முடைய சிகண்டியாரென்க"

பஞ்சமரபு

இந்த இசைத் தமிழ் இலக்கண நூலைச் செய்தவர் அறிவனார் என்பவர். இந்நூலை அடியார்க்கு நல்லார் தமது உரையில் (சிலம்பு. கடலாடு காதை -35-ஆம் வரியில் வருகிற "மாயோன் பாணி" என்பதன் உரை) குறிப்பிடுகிறார். இந்நூல் செய்யுள் ஒன்றையும் தமது உரையில் மேற்கோள் காட்டுகிறார். அச் செய்யுள் இது:

"என்னை?
செப்பறிய சிந்து திரிபதை சீர்ச்சவலை
தப்பொன்று மில்லாச் சமபாத-மெய்ப்படியுஞ்
செந்துறை வெண்டுறை தேவபாணி வண்ணமென்ப
பைந்தொடியா யின்னிசையின் பா.
என்றார் பஞ்சமரபுடைய அறிவனா ரென்னு மாசிரிய ரென்க."

பதினாறு படலம்

இந்த இசைத் தமிழ் நூலைச் சிலப்பதிகார அரும்பதவுரை யாசிரியர் தமது அரும்பதவுரையில் குறிப்பிடுகிறார்; அன்றியும் இந் நூலிலிருந்து ஒரு சூத்திரத்தையும் மேற்கோள் காட்டுகிறார் (சிலம்பு. கானல் வரி -'வார்தல் வடித்தல்-செவியினோர்த்து' என்பதன் அரும்பதவுரை).

"தெருட்ட லென்றது செப்புங் காலை
யுருட்டி வருவ தொன்றே மற்ற
வொன்றன் பாட்டு மடையொன்ற நோக்கின்
வல்லோ ராய்ந்த நூலே யாயினும்
வல்லோர் பயிற்றுங் கட்டுரை யாயினும்
பாட்டொழிந் துலகினி லொழிந்த செய்கையும்
வேட்டது கொண்டு விதியுற நாடி."

எனவரும் இவை, இசைத் தமிழ்ப் பதினாறு படலத்துள் கரண வோத்துட் காண்க.

வாய்ப்பியம்

இந்நூலை இயற்றியவர் வாய்ப்பியனார் என்பவர். அவர் பெயரே இந்நூலுக்குப் பெயராயிற்று. இந்த நூலையும் இந்நூல் சூத்திரத்தையும் யாப்பருங்கல விருத்தியுரைகாரர் குறிப்பிடுகிறார். இந்நூலிலிருந்து மேற்படி உரையாசிரியர் மேற்கோள் காட்டுகிற சூத்திரங்கள் சிலவற்றைக் காட்டுவோம்:

"பாலை குறிஞ்சி மருதஞ்செவ் வழியென
நால்வகைப் பண்ணா நவின்றனர் புலவர்

என்றார் வாய்ப்பியனார். விளரி யாழோடைந்து மென்ப. இனிப் பண் சார்பாகத் தோன்றியன திறமாம்.

"என்னை? பண்சார் வாகப் பரந்தன வெல்லாந்
திண்டிற மென்ப திறனறிந் தோரே."

என்றாராகலின். அத்திறம் இருபத்தொரு வகைய.

"அராக நேர்திற முறழும்புக் குறுங்கலி
யாசா னைந்தும் பாலையாழ்த் திறனே."

"நைவளங் காந்தாரம் பஞ்சுரம் படுமலை
மருள் வியற் பாற்றுஞ்
செந்திறமெட்டுங் குறிஞ்சியாழ்த் திறனே."

"நவிர்படு குறிஞ்சி
செந்திற நான்கும் மருதயாழ்த் திறனே."

"சாதாரி பியந்தை நேர்ந்த திறமே
பெயர் திறம் யாமை யாழ்
சாதாரி நான்கும் செவ்வழி யாழ்த் திறனே."

என்றார் வாய்ப்பியனார் (யாப்பருங்கலம், ஒழிபியல் உரை மேற்கோள்).

"இனிச் செந்துறை மார்க்கமும் வெண்டுறை மார்க்கமும் ஆமாறு: நாற்பெரும் பண்ணும், இருபத்தொரு திறனும் ஆகிய இசையெல்லாம் செந்துறை. ஒன்பது மேற் புறமும் பதினோராடலும் என்றிவை யெல்லாம் வெண்டுறையாகும் என்பது வாய்ப்பியம்" (யாப்பருங்கலம், ஒழிபியல் உரைமேற்கோள்).

இந்திர காளியம்

இப் பெயருள்ள இசைத் தமிழ் நூலை, அடியார்க்கு நல்லார் சிலப்பதிகார உரைப்பாயிரத்தில் கூறுகிறார். "பார்சவ முனிவரில் யாமளேந்திரர் செய்த இந்திர காளியம்" என்று அவர் எழுதுகிறார். இது அடியார்க்கு நல்லார் சிலப்பதிகார உரை எழுதுவதற்கு உதவியாக இருந்தது.

குலோத்துங்கன் இசை நூல்

சோழ அரசர்களில் புகழ் பெற்றவன் குலோத்துங்க சோழன். இவனுக்கு விசயதரன், சயங்கொண்டான் என்னும் சிறப்புப் பெயர்களும் உண்டு. கலிங்கப் போரை வென்றவன் இவனே. அதனால்,

கலிங்கத்துப்பரணி என்னும் நூலைச் சயங்கொண்டார் என்னும் புலவரால் பாடப்பெற்றவன். இவன் இசைக் கலையில் வல்லவன் என்றும் இசைத் தமிழ் நூல் ஒன்றை இயற்றியவன் என்றும் கலிங்கத்துப் பரணி கூறுகிறது.

"வாழி சோழகுல சேகரன் வகுத்த இசையின்
மதுர வாரியென லாகுமிசை மாதரிதனால்
ஏழு பாருலகொ டேழிசை வளர்க்க வுரியான்
யானை மீதுபிரி யாதுட னிருந்துவரவே."

(கலிங்கத்துப்பரணி: அவதாரம் 54-ஆம் தாழிசை)

"தாள முஞ்செல வும்பிழை யாவகை
தான்வ குத்தன தன்னெதிர் பாடியே
காள முங்களி றும்பெறும் பாணர் தங்
கல்வி யிற்பிழை கண்டனன் கேட்கவே."

(காளிக்குக் கூளி கூறியது. 13-ஆம் தாழிசை.)

இதனால் இவன் இசைக் கலையை நன்கறிந்தவன் என்பதும், இசைக் கலையில் வல்லவரான பாணர்களின் இசையிலும் இவன் பிழை கண்டவன் என்பதும், இசை நூல் ஒன்றை இவன் இயற்றினான் என்பதும், இவன் அமைத்த இசை முறைப்படி இசை பாடி இவனிடம் பாணர்கள் பரிசு பெற்றனர் என்பதும் அறியப்படுகின்றன.

இசைத் தமிழ்ச் செய்யுட்டுறைக் கோவை

இப் பெயருள்ள இசைத் தமிழ் நூல் ஒன்று இருந்ததென்பதை. யாப்பருங்கலக்காரிகை உரைப்பாயிரத்தினால் அறிகிறோம். அவ் வுரைப்பாயிரம் வருமாறு:

"அற்றேல் இந்நூல் (யாப்பருங்கலக்காரிகை) என்ன பெயர்த்தோ எனின்.... இசைத் தமிழ்ச் செய்யுட்டுறைக் கோவையே. உரூபாவ தாரத்திற்கு நீதகச் சுலோகமே போலவும் முதல் நினைப்பு உணர்த்திய இலக்கியத்தாய்ச்... செய்யப்பட்டமையான் யாப்பருங்கலக்காரிகை என்னும் பெயர்த்து."

இதனால் அறியப்படுவது என்னவென்றால், யாப்பருங்கலம் என்னும் நூலுக்குப் புறனடையாக யாப்பருங்கலக்காரிகை எழுதப்பட்டது போல, இசைத் தமிழ் நூல் என்னும் பெயருடனிருந்த ஒரு முதல் நூலுக்குப் புறனடையாக இசைத்தமிழ்ச் செய்யுட்கோவை என்றும் இந்நூல் எழுதப்பட்டது என்பது தெரிகிறது. இப்புறனடை

நூலில் முதனூலில் இருந்த பாட்டுக்களை உணர்த்தும் செய்யுட்களும் இருந்தன என்பது தெரிகிறது.

இசைக்கலை சாசனம்

அரசர்களும் செல்வர்களும் இசைக்கலைஞர்களைப் போற்றிய தோடு, அவர்களில் சிலர் தாமே பெரிய இசைக் கலைஞராகவும் இருந்தார்கள். அப்பர் சுவாமிகள் காலத்தில் இருந்த மகேந்திரவர்மன் என்னும் பல்லவ அரசன் (கி.பி. 600-630) சிறந்த இசைப் புலவனுமாக இருந்தான். இவன், புத்தம் புதிதாக ஒரு இசையை அமைத்தான். ஆகையினாலே இவனுக்குச் சங்கீர்ணஜாதி என்னும் சிறப்புப் பெயரும் உண்டு. இவன் காலத்திலே இசைக் கலையில் பேர்போன உருத்திரா சாரியார் என்பவர் ஒருவர் இருந்தார். உருத்திராசாரியார். மகேந்திர வர்மனுடைய இசைக் கலை ஆசிரியர் என்று கருதப்படுகிறார்.

இசைக்கலைஞனாகிய மகேந்திரவர்மன் இசைக்கலையைப் பற்றி ஒரு சிறந்த சாசனத்தைக் கல்லில் எழுதிவைத்தான். அந்தச் சாசனத்திற்கு இப்போது குடுமியான்மலை சாசனம் என்பது பெயர். புதுக்கோட்டையைச் சேர்ந்த குளத்தூர் தாலுகாவில் குடுமியான்மலை என்னும் குன்றின் மேலே சிகாநாத சுவாமி கோயில் இருக்கிறது. இந்தக் கோயிலுக்குப் பின்புறத்தில் பெரும்பாறையில் இந்தச் சாசனம் எழுதப்பட்டிருக்கிறது. இந்தச் சாசனம் வலம்புரி விநாயகர், இடம்புரி விநாயகர் என்னும் இரண்டு விநாயகர் உருவங்களுக்கு மத்தியில் 13 x 14 அடி பரப்புள்ள பாறையில் எழுதப்பட்டிருக்கிறது. இந்தச் சாசனம் அக்காலத்தில் (கி.பி. 7-ஆம் நூற்றாண்டின் மத்தியில்) தமிழ்நாட்டில் வழங்கிவந்த இசைகளைப் பற்றிக் கூறுகிறது (Epi India. Vol XXII P.226 - 237).

வடமொழியிலே எழுதப்பட்டிருப்பதனாலே இந்தச் சாசனம் கூறும் விஷயம் தமிழ்நாட்டு இசையன்று என்று கருதக் கூடாது. தமிழ்நாட்டில் வழங்கிய இசையைத்தான் இந்தச் சாசனம் வட மொழியில் கூறுகிறது. வடமொழியில் சங்கீத நூல்கள் எழுதப் பட்டிருப்பதனாலே அவை தமிழ்நாட்டு இசையல்ல என்று கருதுவது தவறு. இப்போதுள்ள வடமொழி சங்கீத நூல்களில் பலதும் தமிழ்நாட்டு இசையைத்தான் கூறுகின்றன.

சங்கீத ரத்நாகரம்

கி.பி.1210 முதல் 1247 வரையில் வாழ்ந்திருந்தவரும் சங்கீத ரத்நாகரம் என்னும் இசைநாடக நூலை வடமொழியில் எழுதியவருமான நிசங்க சார்ங்கதேவர் என்பவர் தமிழ்நாட்டிற்கு வந்து தமிழ் இசைகளை ஆராய்ந்து பின்னர் கி.பி. 1237-இல் அந்நூலை எழுதினார் என்பர்.

அந்நூலிலே தேவாரப் பண்கள் சிலவும் கூறப்படுகின்றன. தமிழ் இசைதான் பிற்காலத்திலே கர்நாடக சங்கீதம் என்னும் பெயரால் வழங்கப்படுகிறது.

கீர்த்தனைகள்

கீர்த்தனைகள் என்று கூறப்படுகிற இசைப்பாடல்கள் மிகப் பிற்காலத்தில் தோன்றின. கீர்த்தனைகளைப் பற்றித் தமிழ்ப் பெரியார் திரு. வி.க. அவர்கள் கூறுவது இது:

"தமிழ்நாடு விருந்தோம்புவதில் பேர் பெற்றது. எல்லாத் துறைகளிலும் அது விருந்தோம்பியுள்ளது. தமிழ்நாடு கீர்த்தனை விருந்தையும் ஓம்பியது. கீர்த்தனையால் நாட்டுக்கு விளைந்த நலன் சிறிது: தீங்கோ பெரிது.

"கீர்த்தனை தமிழ்நாட்டில் கால் வைத்ததும் அதற்கு வரவேற்பு நல்கப்பட்டது. தமிழில் கீர்த்தனைகள் யாக்கப்பட்டன. அந்நாளில் பெரும் பெருஞ்சிங்க ஏறுகள் இருந்தன. முத்துத் தாண்டவர், கோபால கிருஷ்ண பாரதியார், அருணாசலக் கவிராயர் முதலியோர் பெருஞ்சிங்க ஏறுகளல்லவோ? அவர்களால் யாக்கப்பட்ட கீர்த்தனைகளில் பொருளும் இசையும் செறியலாயின... இந்நாளில் கலைஞரல்லாதாரும் கீர்த்தனைகளை எளிதில் எழுதுகின்றனர். அவைகள் ஏழிசையால் அணிசெய்யப்படுகின்றன. அவ்வணியைத் தாங்க அவைகளால் இயலவில்லை. கலையற்ற கீர்த்தனைகளின் ஒலி, காதின்தோலில் சிறிது நேரம் நின்று, அரங்கம் கலைந்ததும் சிதறிவிடுகிறது. இதுவோ இசைப்பாட்டின் முடிவு?

இசைப்பாட்டு இயற்கையில் எற்றுக்கு அமைந்தது?.... புலன்களின் வழியே புகுந்து, கோளுக்குரிய புறமனத்தை வீழ்த்திக், குணத்துக்குரிய அகக்கண்ணைத் திறந்து, அமைதி இன்பத்தை நிலை பெறுத்துதற் கென்று இசைப்பாட்டு இயற்கையில் அமைந்தது. இஃது இசைப் பாட்டின் உள்ளக்கிடக்கை. இதற்கு மாறுபட்டது இசைப்பாட்டாகாது." (தமிழிசைச் சங்கத்தின் 3-ஆம் ஆண்டு விழா திறப்பு மொழி).

சில இசையாசிரியர்

அண்மைக் காலத்தில் தமிழிலே கீர்த்தனைகளையும் இசைப் பாடல்களையும் இயற்றி அழியாப் புகழ்பெற்ற சிலருடைய பெயரைக் கூறுவோம்:

அருணாசலக் கவிராயர், அநந்த பாரதிகள், கவிகுஞ்சர பாரதியார், கனம் கிருஷ்ணையர், இராமலிங்க அடிகள், கோபால கிருஷ்ண பாரதியார், கோடீசுவர ஐயர், பட்டணம் சுப்பிரமணிய ஐயர், மாரிமுத்துப் பிள்ளை, மாயவரம் வேதநாயகம் பிள்ளை. முத்துத் தாண்டவராயர், மாம்பழக் கவிச்சிங்க நாவலர், அண்ணாமலை ரெட்டியார் முதலியோர்.

அன்னியர் ஆட்சியில் இசைக்கலை

கி.பி. 17, 18-ஆம் நூற்றாண்டுகளிலே தமிழ்நாட்டில் அரசியல் நிலையற்றதாகி அன்னியர் ஆட்சியில்பட்டு நாட்டில் குழப்பமும் கலகமும் ஏற்பட்டிருந்தன. தெலுங்கர்களான நாயக்க சிற்றரசர்களும் மகாராஷ்டிரர்களும், முகம்மதியர்களும், பாளையக்காரர்களும் தமிழ்நாட்டில் ஒவ்வொரு பகுதிகளைப் பிடித்துக்கொண்டு அரசாண்டனர். அன்னியராகிய இவர்கள் தமிழர் கலைகளையும் தமிழர் பண்பையும் அறியாதவர்கள் ஆகையால், மற்றக்கலையைப் போற்றாதது போலவே, இசைக்கலையையும் போற்றவில்லை. அக்காலத்தில் தமிழ் இசைவாணர், ஆதரிப்பாரற்றுத் தவித்தனர். தெலுங்குப் பாடல்களுக்குச் செல்வாக்கு ஏற்பட்டது. தமிழ் நாட்டிலே தெலுங்குப் பாடல்களுக்கு ஆதிக்கம் உண்டாயிற்று. இந்தப் பழக்கம் 19, 20-ம் நூற்றாண்டிலேயும் தொடர்ந்து வந்தது.

கி.பி. 19, 20-ஆம் ஆண்டுகளில் அரசியல் குழப்பங்கள் அடக்கப்பட்டு, நாடு ஆங்கிலேயர் ஆட்சிக்கு வந்து அமைதியும் ஒழுங்கும் நாட்டில் நிலைபெற்ற பிறகும். மராட்டிய மன்னர், தெலுங்கு மன்னர், முகம்மதிய மன்னர்களின் அதிகாரங்கள் அடங்கி ஒழிந்த பின்பும், தமிழ் நாட்டிலே தெலுங்குப் பாடல்கள் பாடும் நிலை இருந்து வந்தது. இதன் காரணம் பரம்பரையாக இரண்டு மூன்று நூற்றாண்டுகளாகத் தெலுங்குப் பாட்டையே பயின்று பாடிவந்த பாடகர், குருட்டுத் தனமாக அப் பாடல்களையே பாடிவந்ததுதான்.

இன்னொரு காரணம், இசையை வயிறு வளர்ப்பதற்காக ஒரு சூழலை உண்டாக்கிக் கொண்ட ஒருசிறு கூட்டம், தமிழ்ப் பற்று இல்லாமல், தமிழ்ப்பாடல்களைப் பாடாமல் தெலுங்குப் பாடல்களைப் பாடிவந்ததாகும்.

தமிழிசையின் மறுமலர்ச்சி

இவ்வாறு தமிழ் இசைப்பாடல்கள் போற்றப்படாமல் இருந்த நிலையை மாற்றித் தமிழ் இசைக்கு மறுமலர்ச்சியுண்டாக்கிக் கொடுத்தவர் கலைவள்ளல் ராஜா சர் அண்ணாமலைச் செட்டியார்

அவர்கள். இம் முயற்சியில் இப் பெரியாருக்குப் பேருதவியாக இருந்தவர் டாக்டர் ஆர். கே. சண்முகம் செட்டியார் அவர்கள்.

இப்பெரியார்களின் சிறந்த உயர்ந்த முயற்சியை எதிர்த்தவர்கள் தெலுங்கரும், மராட்டியரும், முகம்மதியரும் அல்லர். பின்னர் யார் என்றால், தமிழர் என்று சொல்லிக்கொண்டு, ஆனால் தமிழ்ப்பற்றுச் சிறிதும் இல்லாமல் எந்தவழியிலாவது வாழவேண்டும் என்னும் ஒரே கொள்கையையுடைய ஒரு சிறு கூட்டந்தான் தமிழ் இசை இயக்கத்தை எதிர்த்துப் பின்னர் அடங்கிவிட்டது.

ராஜா சர் அண்ணாமலைச் செட்டியார் அவர்கள் தமிழிசைச் சங்கம் அமைத்தும், தமிழிசைக் கல்லூரி நிறுவியும், இசைத் தமிழ் நூல்களை வெளிப்படுத்தியும் பெருந்தொண்டு செய்தார்கள். இச் சமயத்தில் இன்னொருவகைக் கருத்தைக் கவனிப்போம்.

சமணரும் இசைக்கலையும்

இசைக் கலையை அழித்தவர் ஜைனராகிய சமணர் என்று ஒரு அபவாதம் கூறப்படுகிறது. சமண சமயத்தவர்மீது. அதன் பகைச் சமயத்தவர் கற்பித்த பல அபவாதங்களில் இதுவும் ஒன்று. இது வீண் பழியாகும். உண்மையையாராயும்போது, சமணர் இசைக் கலையை நன்கு போற்றி வளர்த்தனர் என்பது விளங்குகிறது. இதற்குச் சமண சமயத்தவர் நூல்களே சான்றாகும்.

திருத்தக்க தேவர் இயற்றிய சீவக சிந்தாமணி என்னும் காவியத்திலே இசைக் கலைச் செய்திகளும் ஆடல் பாடல் செய்திகளும் யாழ் என்னும் இசைக் கருவியின் செய்திகளும் பலவிடங்களில் கூறப்படுகின்றன. அவற்றில் காந்தருவதத்தையார் இலம்பகம் என்பது சிறப்பானது. காந்தருவதத்தை என்பவள் இசைக் கலையில் சிறந்தவள் (காந்தருவதத்தை என்பதற்கு இசைக்கலையில் வல்லவள் என்பது பொருள். காந்தருவம் என்பது இசைக்கலை).

காந்தருவதத்தை, தன்னை யார் இசையில் வெல்கிறானோ அவனையே திருமணம் செய்துகொள்வதாகக் கூறுகிறாள். அதன் பொருட்டு இசையரங்கு அமைக்கப்படுகிறது. பல அரச குமாரர்கள் வந்து இசை பாடித் தோற்றுப் போனார்கள். கடைசியாக சீவக குமாரன் வந்து இசை பாடி காந்தருவதத்தையை வென்று அவளை மணஞ் செய்து கொள்கிறான்.

ஆடவரின் காற்றும் படக்கூடாது என்று விரதம் பூண்ட சுரிமஞ்சரி என்னும் கன்னிகை, தனியே கன்னிமாடத்தில் இருந்த போது,

சீவகன் தொண்டு கிழவன் போலக் கிழவேடம் பூண்டு கன்னி மாடத்தில் சென்று இசைப் பாடல் பாடுகிறான். அவ் விசைப் பாடலைக் கேட்ட சுரிமஞ்சரி, தனது விரதத்தை நீக்கிச் சீவகனை மணஞ்செய்து கொள்கிறாள். இச் செய்தியைச் சீவக சிந்தாமணி சுரிமஞ்சரியார் இலம்பகத்தில் காணலாம்.

இவ் இசைச் செய்திகளை ஜைன சமய காவியமான சீவக சிந்தாமணியில் ஜைன சமயத்தவரான திருத்தக்க தேவர் கூறுகிறார்.

பெருங்கதை என்னும் உதயணன் கதையும் ஜைன சமய காவியம். இதனை இயற்றிய புலவர் கொங்கு வேளிர் என்னும் சமணப் பெரியார். இக் காவியத்திலும் இசைக் கலையைப் பற்றிய செய்திகள் கூறப்படுகின்றன. இக்காவியத் தலைவனாகிய உதயணன் என்னும் அரச குமாரன், இளமை வயதில் பிரமசுந்தர முனிவர் இடத்தில் இசைக் கலையைப் பயில்கிறான். மேலும், கோடபதி என்னும் யாழ் வாசிப்பதில் வல்லவனாக விளங்குகிறான். அவனுடைய யாழின் இசையைக் கேட்டு யானைகளும் இவன் வசமாகின்றன.

பிறகு உதயணன் அவந்தி நாட்டரசன் மகள் வாசவதத்தை என்பவளுக்கு யாழ் வாசிக்கக் கற்பிக்கிறான். பிறகு பதுமாவதி என்னும் அரச குமாரிக்கும் யாழ் கற்பிக்கிறான். இச் செய்திகளைப் பெருங்கதை கூறுகிறது. சிறப்பாக யாழைப்பற்றிப் பெருங்கதை, மகத காண்டம்: 14. நலனாராய்ச்சி, 15 யாழ்நலம் தெரிந்தது என்னும் பகுதிகளும், வத்த காண்டம், யாழ் பெற்றது என்னும் பகுதியும் யாழ்ச் செய்திகளைக் கூறுகின்றன.

மற்றொரு ஜைன சமய நூலாகிய ஸ்ரீபுராணம், 23-ஆவது தீர்த்தங்கரராகிய நேமிநாத சுவாமி புராணத்தில் வசுதேவன் வரலாற்றைக் கூறும் இடத்தில் இசைக் கலையைப் போற்றிக் கூறுகிறது. சம்பாபுரத்து அரசன் மகளும் ஒரு கந்தர்வதத்தை. அதாவது கந்தர்வ வித்தையாகிய இசைக் கலையில் தேர்ந்தவள். அவளை இசையில் வெற்றி பெறுகிறவர்கள் மணஞ் செய்யலாம் என்று அரசன் பறையறைந்து அதன் பொருட்டு இசையரங்கு ஏற்படுத்துகிறான். பல அரச குமாரர்கள் வந்து அரச குமாரியுடன் பாடி தோற்றுப் போகின்றனர். கடைசியில் வசுதேவர் வந்து இசை பாடியும் யாழ் வாசித்தும் வெற்றிபெற்றுக் கந்தர்வதத்தையை மணஞ்செய்கிறார்.

இச் செய்திகள், ஜைன சமயத்தவரால் எழுதப்பட்ட ஜைன சமய நூல்களில் காணப்படுகின்றன. உண்மை இப்படி இருக்க, ஜைனர் இசைக் கலையை அழித்தனர் என்று கூறுவது அறியாதார் கூற்றாகும்;

அல்லது, வீண்பழி சுமத்துகிற சமயப் பகைவர் கட்டிய கதையாகும். தமிழில் இலக்கண இலக்கியங்களை எழுதித் தமிழ் மொழியை வளர்த்தது போலவே, இசைக் கலையையும் சமணர் வளர்த்தார்கள் என்பதில் சிறிதும் ஐயமில்லை.

இசை

இனி, இசையைப் பற்றிச் சில செய்திகளைக் கூறுவோம்.

இசை ஏழு, அவை குரல், துத்தம், கைக்கிளை, உழை, இளி, விளரி, தாரம் என்பன. இவை தமிழ்ப் பெயர்கள் மத்திமம், பஞ்சமம், தைவதம், நிஷாதம், ஷட்ஜம், ரிஷபம், காந்தாரம் என்பன வட மொழிப் பெயர்கள்.

இசை பிறக்கும் இடங்களாவன: - மிடற்றினால் குரலும், நாவி னால் துத்தமும், அண்ணத்தால் கைக்கிளையும், சிரத்தால் உழையும், நெற்றியால் இளியும், நெஞ்சினால் விளரியும், மூக்கால் தாரமும் பிறக்கும்.

இவை ஏழ்சுரம் எனவும், வீணையில் ஏழ் நரம்பு எனவும்படும். இசை அல்லது இராகத்தின் தகுதி நான்கு வகைப்படும். அவை 1. இடம், 2. செய்யுள், 3. குணம், 4. காலம் என்பன. இவற்றை விளக்குவோம்.

1. **இடம்.** இடம்பற்றிய இராகம் ஐந்திணை இராகம். அவை: குறிஞ்சி, பாலை, முல்லை, நெய்தல், மருதம் என்னும் ஐந்துவகை நிலத்திற்குரிய குறிஞ்சி, பாலை, சாதாரி, செவ்வழி, மருதம் என்பவை.

2. **செய்யுள்.** செய்யுளைப் பற்றிய இராகம்:-

வெண்பாவின் இராகம் சங்கராபரணம். அகவற்பா அல்லது ஆசிரியப்பாவின் இராகம் தோடி. கலிப்பாவின் இராகம் பந்துவராளி. கலித்துறையின் இராகம் பைரவி. தாழிசையின் இராகம் தோடி. விருத்தப்பாவின் இராகம் கலியாணி, காம்போதி, மத்தியமாவதி முதலியன. உலாச் செய்யுளின் இராகம் சௌராஷ்டிரம். பிள்ளைத் தமிழின் இராகம் கேதாரகவுளம். பரணியின் இராகம் கண்டாரவம்.

3. **குணம்.** குணம் பற்றிய இராகங்கள், இரக்கம் உள்ளவை: ஆகரி, கண்டாரவம், நீலாம்பரி, பியாகடம், புன்னாகவராளி. துக்கம் உள்ளவை: மேற்கூறிய இரக்க ராகங்களும் வராளி இராகமும். மகிழ்ச்சியுள்ளவை: காம்போதி. சாவேரி, தன்யாசி, யுத்த இராகம்: நாட்டை.

4. காலம். காலம் பற்றிய இராகங்கள்: வசந்த கால இராகம், காம்போதி, அசாவேரி, தன்யாசி.

மாலை வேளை இராகம்: கலியாணி, காபி, கன்னடம், காம்போதி.

யாமவேளை இராகம்: ஆகரி.

விடியற்காலை இராகம்: இந்தோளம், இராமகலி, தேசாட்சரி, நாட்டை, பூபாளம்.

உச்சிவேளை இராகம்: சாரங்கம், தேசாட்சரி.

எக்காலத்துக்கும் பொதுவான இராகங்கள்: ஆகரி, இந்தோளம், இராமகலி, சாரங்கம், பூபாளம் இவை நீக்கி மற்ற இராகங்கள் எல்லாம் கொள்க.

இராகங்கள் :- பைரவி, தேவக்கிரியை, மேகவிரஞ்சி, குறிஞ்சி, பூபாளம், வேளாவளி, மலகரி, பௌளி, சீராகம், இந்தோளம், பல்லதி, சாவேரி, படமஞ்சரி, தேசி, இலலிதை, தோடி, வசந்தம், இராமக்கிரியை, வராளி, கைசிகம், மாளவி, நாராயணி, குண்டக்கிரியை, கூர்ச்சரி, பங்காளம், தன்னியாசி, காம்போதி, கௌளை, நாட்டை, தேசாட்சரி, காந்தாரி, சாரங்கம் முதலியவை.

இவற்றுள், பைரவி என்பது ஆண் இராகம். தேவக்கிரியை, மேகவிரஞ்சி, குறிஞ்சி இவை பெண் இராகங்கள். இப்பெண் இராகங்கள் பைரவியின் மனைவிகள் எனப்படும். இந்த இராகங்களுக்கு அதிதேவதை ஈசன்.

பூபாளம் என்பது ஆண் இராகம். வேளாவளி, மலகரி, பௌளி ஆகிய இவை பூபாளத்தின் மனைவியான பெண் இராகங்கள். இவற்றிற்கு அதிதேவதை திருமால்.

சீராகம் என்பது ஆண் இராகம். இந்தோளம், பல்லதி, சாவேரி என்பவை சீராகத்தின் மனைவியரான பெண் இராகங்கள் இவற்றிற்கு அதிதேவதை சரசுவதி.

படமஞ்சரி என்பது ஆண் இராகம். தேசி, இலலிதை, தோடி என்பவை, இதன் மனைவியரான பெண் இராகங்கள். இவற்றிற்கு அதிதேவதை இலக்குமி.

வசந்தராகம் என்பது ஆண் இராகம். இராமக்கிரியை, வராளி, கைசிகம் என்பன இதன் மனைவியரான பெண் இராகங்கள். இவற்றிற்குத் தேவதை சூரியன்.

மாளவி இராகம் என்பது ஆண் இராகம். நாராயணி, குண்டக் கிரியை, கூர்ச்சரி என்பவை இதன் மனைவியரான பெண் இராகங்கள். இவற்றிற்குத் தேவதை நாரதன்.

பங்காளம் என்பது ஆண் இராகம். தன்னியாசி, காம்போதி, கௌளை என்பன இதன் மனைவியரான பெண் இராகங்கள். இவற்றின் தேவதை விநாயகன்.

நாட்டை ராகம் என்பது ஆண் இராகம். தேசாட்சரி, காந்தாரி, சாரங்கம் என்பன இதன் மனைவியரான பெண் இராகங்கள். இவற்றின் தேவதை தும்புருவன்.

இசைக் கருவிகள்

இசைப் பாட்டிற்கும் பரதநாட்டியம் கூத்து முதலியவற்றிற்கும் இசைக் கருவிகள் (பக்க வாத்தியங்கள்) இன்றியமையாதவை. அவற்றைப் பற்றிக் கூறுவோம்.

இசைக்கு உரிய ஓசைகள் ஐந்து பொருள்களில் உண்டாகின்றன. அப்பொருள்கள் தோல் கருவி, துளைக்கருவி, நரம்புக் கருவி, கஞ்சக் கருவி, மிடறு (கழுத்து) என்பன. இவற்றில் உண்டாகும் ஓசைகளை ஒழுங்குபடுத்தி இசையை அமைத்தார்கள். அவற்றை விளக்குவோம். முதலில் தோல் கருவிகளைக் கூறுவோம். தோல் கருவிகள். மரத்தினால் செய்யப்பட்டுத் தோலால் கட்டப்பட்டவை.

அவையாவன: பேரிகை, படகம், இடக்கை, உடுக்கை, மத்தளம், சல்லிகை, கரடிகை, திமிலை, குடமுழா, தக்கை, கணப்பறை, தமருகம், தண்ணுமை, தடாரி, அந்தரி, முழவு, சந்திரவலையம், மொந்தை, முரசு, கண்விடு தூம்பு. நிசாளம், துடுமை, சிறுபறை, அடக்கம், தகுணிச்சம், விரலேறு, பாகம், உபாங்கம், நாழிகைப்பறை, துடி, பெரும்பறை.

இவற்றில் மத்தளம், சல்லிகை, இடக்கை, கரடிகை, படகம், குடமுழா என்பன இசைப்பாட்டிற்குப் பக்க வாத்தியமாக உள்ளவை. இவை அகமுழவு எனப்படும்.

தண்ணுமை, தக்கை, தகுணிச்சம் என்பன மத்திமமான கருவிகள். இவை அகப்புற முழவு எனப்படும்.

கணப்பறை முதலியன அதமக் கருவிகள், புறமுழவு எனப்படும். மத்தளம், சல்லிகை, கரடிகை என்பன ஓசையினால் பெற்ற பெயர்கள். மத்து என்னும் ஓசையினால் மத்தளம் என்னும் பெயர் உண்டாயிற்று. சல்லென்னும் ஓசையையுடையதனால் சல்லிகை என்னும் பெயர்

பெற்றது. கரடி கத்தினாற் போலும் ஓசையுடைமையால் கரடிகை என்னும் பெயர் பெற்றது.

இடக்கைக்கு ஆவஞ்சி என்றும் குடுக்கை என்றும் வேறு பெயர்கள் உண்டு. இடக்கையால் வாசிக்கப்படுதலின் இடக்கை என்றும், ஆவின் (பசுவின்) உடைய வஞ்சித் தோலினால் போர்க்கப் பட்டதாகலின் ஆவஞ்சி என்றும், குடுக்கையாக அடைத்தலால் குடுக்கை என்றும் காரணப் பெயர்கள் உண்டாயின.

மத்தளம்: இதற்குத் தண்ணுமை என்றும் மிருதங்கம் என்றும் பெயர்கள் உள்ளன. மத்து ஒன்பது ஓசைப் பெயர். தளம் என்பது இசையுடனாகிய கருவிகளுக்கெல்லாம் தளமாக இருப்பது. ஆதலால் மத்தளம் என்று பெயர் பெற்றது. இசைப் பாட்டிற்கு மட்டும் அல்லாமல் கூத்து, நடனம் முதலிய ஆடல்களுக்கும் இது இன்றியமை யாதது. ஆகவே, இசைக் கருவிகளில் இது முதன்மை யானது.

இடக்கை: இசைப் பாட்டிற்குப் பக்கவாத்தியமாக உபயோகப் பட்டது இக்கருவி.

குடமுழா. மேலே கூறப்பட்ட தோல் கருவிகளில் ஒன்றாக இது கூறப்பட்டது. குடமுழாவாகிய கடம் (குடம்) தோல்கருவியன்று. ஆகவே, தோல் கருவிகளில் ஒன்றாகக் கூறப்படுகிற குடமுழா என்பது, பஞ்சமுக வாத்தியம் என்று இப்போது பெயர் கூறப்படுகிற இசைக்கருவியாகும். இது இப்போது இசைப்பாட்டில் வாசிக்கப் படாமல் மறைந்து வருகிறது.

தவுல்: இது நாகசுரத்துடன் வாசிக்கப்படுகிற தோல் கருவி.

தபலா: இது வடநாட்டுத் தோல் கருவி.

துளைக்கருவிகள்: புல்லாங்குழல், நாகசுரம், முகவீணை, மகுடி, தாரை, கொம்பு, எக்காளை முதலியன. இவை மரத்தினாலும் உலோகத்தினாலும் செய்யப்படுவன. சங்கு இயற்கையாக உண்டாவது.

குழல்: இதற்கு வங்கியம் என்றும் புல்லாங்குழல் என்றும் பெயர்கள் உண்டு. மூங்கிலினால் செய்யப்படுவது பற்றிப் புல்லாங் குழல் என்னும் பெயர் உண்டாயிற்று. சந்தனம், செங்காலி, கருங்காலி என்னும் மரங்களினாலும் வெண்கலத்தினாலும் செய்யப்படுவதும் உண்டு. மூங்கிலினால் செய்யப்படுவது சிறந்தது. துளைக் கருவிகளில் மிகப் பழைமையானதும் சிறந்ததும் இதுவே. "குழல் இனிது யாழ்

இனிது" என்று திருவள்ளுவர் கூறுகிறபடியினாலே இதன் பழைமை நன்கு அறியப்படும்.

இதன் பிண்டி இலக்கணம், துளையளவு இலக்கணம், துளைகளில் இசை பிறக்கிற இலக்கணம் முதலியவற்றை அடியார்க்கு நல்லார் உரையில் காண்க (சிலம்பு. அரங்கேற்றுக்காதை. 26-ஆம் அடி உரை).

இது முற்காலத்தில் இசைப்பாட்டிற்கும், நாட்டியம் நடனங்களுக்கும் பக்கவாத்தியமாகப் பெரிதும் வழங்கி வந்தது. இக்காலத்தில் இவ்வினிய இசைக்கருவி தனியே தனியிசையாகப் பக்கவாத்தியங்களுடன் வாசிக்கப்படுகிறது.

நாகசுரம்: இது மிகப் பிற்காலத்தில் உண்டான இசைக்கருவி எனத் தோன்றுகிறது. இது மரத்தினாலும் வெண்கலம் முதலிய உலோகத்தினாலும் செய்யப்பட்ட துளைக்கருவி. சங்ககாலத்து நூல்களிலும் இடைக்காலத்து நூல்களிலும் இக்கருவி கூறப்படவில்லை. கோயில்களில் இசைக்கருவி வாசிப்போருக்கு மானியம் அளிக்கப்பட்ட செய்திகளைக் கூறுகிற சோழ, பாண்டிய அரசர் சாசனங்களிலும் இக்கருவி கூறப்படவில்லை. எனவே, இது பிற்காலத்தில் உண்டாக்கப்பட்ட இசைக்கருவி என்பதில் ஐயமில்லை. கி.பி.17-ஆம் நூற்றாண்டில் இயற்றப்பட்ட பரதசங்கிரகம் என்னும் நூலில் இது கூறப்படுகிறது.

"பூரிகை நாகசுரம் பொற்சின்னம் எக்காளை
தாரை நவரிசங்கு வாய்வீணை-வீரியஞ்சேர்
கொம்பு தித்தி காளை குழலுடன் ஈராறும்
இன்பார் துளைக்கருவி என்"

என்று ஒரு வெண்பா அந்நூலில் காணப்படுகிறது. இதில்தான் முதல் முதலாக நாகசுரத்தின் பெயர் கூறப்படுகிறது.

தஞ்சாவூர் மாவட்டத்தைச் சேர்ந்த நாகூர், நாகப்பட்டினம் முதலிய இடங்களில் இருந்த நாகர் என்னும் தமிழினத்தைச் சேர்ந்தவர்களால் இக் கருவி உண்டாக்கப்பட்டது என்றும் அதனால் இதற்கு நாகசுரம் என்னும் பெயர் ஏற்பட்டதென்றும் கூறுகிறார்கள். இருக்கு முதலிய வேதத்திலிருந்து இது உண்டாயிற்று என்று சிலர் கதை கட்டிவிடுவது அறியாமையாகும்.

பிற்காலத்தில் உண்டானதனாலும் நாகசுரம் சிறந்த இனிய இசைக் கருவியாகும். இதன் இன்னிசையில் உருகாதார் யார்? இதற்குப் பக்கவாத்தியமாக அமைவது தவுல் என்னும் தோற்கருவி. இதுவும் புதிதாக உண்டானதே.

தாரை, கொம்பு, எக்காளை முதலிய துளைக்கருவிகள் இசைப் பாட்டிற்கு ஏற்றவையல்ல. சங்கு மங்கல இசைக் கருவியாகக் கருதப்படுவது. அது கோயில்களிலும் வீடுகளிலும் மங்கல நாட்களில் ஊதப்படுகிறது.

கிளார்னெட்: பிடிலைப் போன்று இதுவும் ஐரோப்பிய இசைக் கருவி, Clarionet என்று இதனை ஆங்கிலத்தில் கூறுவர். துளைக் கருவியைச் சேர்ந்தது. இதனை நமது நாட்டு இசைக் கருவியாக முதன் முதல் உபயோகித்தவர் வித்துவான் சின்னையாபிள்ளை அவர்கள். இவர், மேல் நாட்டுப் பிடிலை நமது நாட்டு இசைக் கருவியாக அமைத்துக் கொடுத்த வித்துவான் வடிவேலு பிள்ளையின் உடன் பிறந்தவர். அவரைப் போலவே சின்னையா பிள்ளையும் தஞ்சாவூர் அரண்மனையில் இசைப் புலவராக இருந்தவர். தஞ்சாவூர் அரண்மனையில் இங்கிலிஷ் பாண்டு வாசித்தபோது அதனுடன் வாசிக்கப்பட்ட கிளார்னெட் கருவியைப் பற்றி இவர் ஆராய்ந்து பார்த்து அதனைக் கற்று நமது நாட்டு இசைக் கருவியாக உபயோகப் படுத்தினார். பரதநாட்டியத்துக்கு உபயோகப்பட்ட முகவீணை என்னும் நாணற் குழாய்க் கருவிக்குப் பதிலாகக் கிளார்னெட் பயன்படுகிறது. அன்றியும், பிடிலைப் போலவும் புல்லாங்குழலைப் போலவும் இக் கருவியைத் தனி இசைக் கருவியாகவும் வாசித்து வருகிறார்கள்.

நரம்புக்கருவிகள்: மரத்தினால் செய்யப்பட்டு நரம்புகள் அல்லது கம்பிகள் பூட்டப்பட்டவை. யாழ், வீணை, தம்பூரா, கோட்டு வாத்தியம், பிடில் முதலிய நரம்புக் கருவிகளாம்.

யாழ்: இது மிகப் பழமையான இசைக் கருவி. உலகத்திலே பல நாடுகளில் ஆதிகாலத்தில் வழங்கிவந்தது. ஒரு காலத்தில் இந்தியா தேசம் முழுவதும் இக்கருவி வழங்கிவந்தது. வடஇந்தியாவில் யாழ்க் கருவி வழக்கிழந்த பிறகும் தமிழ்நாட்டிலே நெடுங்காலமாகப் போற்றப் பட்டிருந்தது. பழந்தமிழ் நூல்களிலே இக்கருவி பெரிதும் பாராட்டிக் கூறப்படுகிறது. பழந்தமிழர்களால் மிகச் சிறந்த இசைக் கருவியாகப் போற்றப்பட்டது.

உருவ அமைப்பில் யாழ்க்கருவி வில் போன்றது, யாழுக்கு வீணை யென்ற பெயரும் பண்டைக் காலத்தில் வழங்கிவந்தது. பழைமை வாய்ந்ததான புத்த ஜாதகக் கதையொன்றிலே வில் வடிவமான யாழ்க் கருவி, வீணை என்று கூறப்பட்டுள்ளது. "நாரத வீணை நயந்தெரி பாடல்" என்று சிலப்பதிகாரத்தில் கூறியது, இப்போது வழங்கும்

வீணையையல்ல; வில் வடிவமான யாழைத்தான் வீணை என்று சிலப்பதிகாரம் கூறுகிறது.

யாழ் வாசிப்பதில் வல்லவரான பாணர் என்னும் மரபினர் தமிழ்நாட்டில் இருந்தனர். இவர்களுக்கு யாழ்ப்பாணர் என்பது பெயர். இவர்கள் பண்டைக் காலத்திலே சமுதாயத்தில் உயர் நிலையில் இருந்தவர்கள். அரசர், செல்வர் முதலியவர்களின் அரண்மனையில் யாழ் வாசித்தும் இசைபாடியும் தொழில் புரிந்தவர். இப்பொழுது இலங்கையின் வட பகுதியாகிய யாழ்ப்பாணம் என்னும் ஊர் பண்டைக் காலத்திலே, இசைப் புலமை வாய்ந்த யாழ்ப்பாணன் ஒருவனுக்கு ஒரு அரசனால் பரிசாக வழங்கப்பட்டதென்றும், யாழ்ப்பாணன் பரிசாகப் பெற்றபடியால் அவ்வூருக்கு யாழ்ப்பாணம் என்னும் பெயர் ஏற்பட்டது என்றும் கூறுவர்.

பண்டைத் தமிழகத்திலே யாழும் குழலும் சிறந்த இசைக் கருவிகளாக வழங்கி வந்தபடியினாலேதான் திருவள்ளுவரும், "யாழ் இனிது குழல் இனிது." என்று கூறினார். பலவிதமான யாழ்க் கருவிகளைப் பற்றியும் அக்கருவியைப் பற்றிய செய்திகளையும் சிலப்பதிகாரத்திலும், அதற்கு அடியார்க்கு நல்லார் எழுதிய உரையினும் விரிவாகக் காணலாம். அன்றியும், முத்தமிழ்ப் பேராசிரியர் உயர்திரு விபுலாநந்த அடிகளார் இயற்றிய யாழ் நூலிலும் காணலாம்.

யாழ் வாசித்து இசை பாடுவதில் வல்லவரான பாணர் என்னும் மரபினர் பிற்காலத்தில் அருகிவிட்டனர். திருஞான சம்பந்தர் இருந்த கி.பி. 7-ஆம் நூற்றாண்டிலே பேர் பெற்ற யாழாசிரியராக இருந்தவர் திருநீலகண்ட யாழ்ப்பாணர். அவருக்குப் பிறகு 9-ஆம் நூற்றாண்டின் முற்பகுதியில் இருந்தவர், பாணபத்திரர் என்பவர். யாழ் வாசிப்பதிலும் இசை பாடுவதிலும் வல்லவரான இவர், முதலில் வரகுண பாண்டியனுடைய அவையில் இசைப் புலவராக இருந்தார். பிறகு மதுரைச் சொக்கநாதர் ஆலயத்தில் யாழ் வாசித்துக் கொண்டிருந்தார். இவருடைய யாழ் இசைக்கு மனமுருகிய சொக்கப்பெருமான், இவருக்குப் பெரும் பொருள் கொடுத்து அனுப்பும்படி தமது அடியா ராகிய சேர நாட்டையரசாண்ட சேரமான் பெருமாள் நாயனாருக்குத் திருமுகச் சீட்டு எழுதியனுப்பினார் என்றும், அதன்படியே சேரமான் பெருமாள் இவருக்குப் பெருநிதி கொடுத்து அனுப்பினார் என்றும் திருவிளையாடற் புராணம் கூறுகிறது (திருமுகங் கொடுத்த படலம்).

பாணபத்திரர் காலத்தில், மதுரைக்கு வடக்கேயுள்ள சோழ நாட்டில் இருந்த புகழ்பெற்ற யாழ்ப்பாணன் ஏமநாதன் என்பவன்.

ஏமநாதன் தன் சீடர்களோடு மதுரைக்கு வந்து, பாண்டியனிடம் சிறப்புகள் பெற்றுப் பாணபத்திரனுடன் இசை வெற்றிகொள்ள எண்ணினான். அப்போது, சொக்கநாதரே பாணபத்திரனுடைய மாணவன் போன்று வந்து ஏமநாதன் முன்பு இசை பாடி அவனை மதுரையை விட்டு ஓடச் செய்தார் என்று மேற்படி திருவிளையாடற் புராணம் கூறுகிறது (விறகு விற்ற படலம்).

வைணவ அடியார்களில் ஒருவரான திருப்பாணாழ்வாரும் யாழ்வாசிப்பதிலும் இசைபாடுவதிலும் வல்லவராக இருந்தார்.

கி.பி. 11-ஆம் நூற்றாண்டுக்குப் பிறகு, யாழ் தமிழ்நாட்டில் வழக்கொழிந்து விட்டது. அதற்குப் பதிலாக இப்போது வழங்குகிற வீணை என்னும் இசைக் கருவி வழங்கலாயிற்று.

வீணை: வில் வடிவம் உள்ள பழைய இசைக் கருவியாகிய யாழிற்கு வீணை என்னும் பெயரும் வழங்கி வந்தது. அந்தப் பெயரே இப்போது வழக்கத்தில் இருந்து வருகிற வீணைக்கும் பெயராக அமைந்து விட்டது. வீணை என்னும் கருவி கி.பி. 7-ஆம் நூற்றாண்டிலிருந்து தமிழ்நாட்டில் வழங்கி வருகிறது என்று கருதலாம். யாழ், கி.பி. 11ஆம் நூற்றாண்டிற்குப் பிறகு வழக்கிழந்து விட, வீணை இன்றும் நிலை பெற்றிருக்கிறது. மாணிக்கவாசக சுவாமிகள் காலத்தில், யாழ் வீணை ஆகிய இரண்டு இசைக் கருவிகளும் வழங்கிவந்தன போலும். ஆகையினால்தான், அவர் "இன்னிசை வீணையர் யாழினர் ஒருபால், இருக்கொடு தோத்திரம் இயம்பினர் ஒருபால்" என்று இரண்டினையும் கூறினார். இப்போது வீணை சிறந்த இசைக் கருவியாக விளங்குகிறது.

கோட்டு வாத்தியம்: இது பிற்காலத்தில் உண்டானது. ஆனால், வீணை போன்று அவ்வளவு சிறந்ததல்ல. வீணைக்கு இரண்டாவதாகவே இது கருதப்படுகிறது.

தம்பூரா: இது சுருதிக்குப் பயன்படுகிறது.

பிடில்: இது மேல்நாட்டு இசைக் கருவி. வயலின் (Violin) என்றும் பிடில் (Fiddle) என்றும் ஆங்கிலத்தில் கூறுவர். இப்போது இது நமது நாட்டு இசைக் கருவியாகப் பயன்படுத்தப்படுகிறது. ஐரோப்பிய இசைக் கருவியாகிய இதனை, நம் நாட்டு இசைக் கருவியாக முதன் முதல் அமைத்தவர் வித்துவான் வடிவேலு பிள்ளை அவர்கள். இவர் ஏறக்குறைய நூறு ஆண்டுகளுக்கு முன்பு இருந்தவர். தலைக்கோல் ஆசான் (நட்டுவர்) ஆகிய இவர், தஞ்சாவூர் சமஸ்தானத்தில் அரண்மனை வித்துவானாக இருந்தார். ஒரு சமயம் அரண்மனையில் இங்கிலீஷ் பாண்டு வாசிக்கப்பட்ட போது அதனுடன் பிடிலும் வாசிக்கப்பட்டதை இவர் ஊன்றிக் கவனித்தார். பிறகு, பிடிலைத் தமிழ் இசைக்குப் பயன்படுத்தலாம் என்று கண்டார். ஆகவே அதனைக்

கற்று அதை வாசிப்பதில் நிபுணர் ஆனார். இக்கருவியை நமது நாட்டு இசைப் பாட்டிற்குத் துணைக் கருவியாக்கினார். திருவாங்கூர் அரசரும், இசையில் வல்லவருமான சுவாதி திருநாள் மகாராஜா அவர்கள், வித்துவான் வடிவேலுப் பிள்ளை அவர்களின் பிடில் வாசிக்கும் திறமையை மெச்சிப் புகழ்ந்து, அவருக்குத் தந்தத்தினால் செய்யப்பட்ட பிடில் ஒன்றை 1834-ஆம் ஆண்டில் பரிசாக வழங்கினார். ஐரோப்பிய இசைக் கருவியாகிய பிடிலை, நமது நாட்டு இசைக் கருவியாக்கித் தந்த வித்துவான் வடிவேலு பிள்ளை அவர்களுக்கு, தமிழ் உலகம் என்றும் கடமைப்பட்டிருக்கிறது. இப்போது இது பெரிதும் வழங்கப்படுகிறது. இக்காலத்தில் பிடில், வாய்ப்பாட்டிற்கு இன்றியமையாத இசைக் கருவியாக விளங்குகிறது. அன்றியும் புல்லாங் குழலைப் போலத் தனி இசைக் கருவியாகவும் வாசிக்கப்படுகிறது. இது சிறந்த இசைக் கருவியாகும்.

(மேல் நாட்டு பிடிலை நமது இசைக் கருவியாக்கிக் கொண்டது போலவே, மேல்நாட்டு பேண்டு (Band) என்னும் இசையையும் நமது நாட்டு இசையாக வழங்கி வருவது குறிப்பிடத்தக்கது).

கஞ்சக் கருவிகள்: இவை வெண்கலத்தால் செய்யப்படுவன. தாளம், குண்டுதாளம், பிரமதாளம், ஜாலர் முதலியன.

கடம்: குடம் என்றும் பானை என்றும் பெயர். இது மண்ணால் செய்யப்பட்டது. பழைய இசைக் கருவிகளில் ஒன்று. குடம் வேறு, குடமுழா வேறு. குடமுழா என்பது பஞ்ச முகவாத்தியம்.

சிற்பிகள் சிலர், தமது சிற்பக் கலைகளிலேயும் இசையை அமைத்து இருக்கிறார்கள். இது சிற்பிகளின் திறமையைக் காட்டுகிறது. மதுரை மீனாட்சியம்மன் கோயிலில் மொட்டைக் கோபுரம் எனப்படும் வடக்குக் கோபுரத்தருகில் உள்ள ஐந்து தூண்கள் இசை ஒலிக்கும்படி அமைக்கப்பட்டுள்ளன. கருங்கல் பாறையில் அமைந்த இந்தத் தூண்களில் 22 மெல்லிய கம்பங்களைச் சிற்பிகள் அமைத்திருக் கிறார்கள். இம் மெல்லிய கம்பங்களைக் கம்பியினால் தட்டினால் இசைகள் உண்டாகின்றன.

புதுக்கோட்டையைச் சேர்ந்த அன்னவாசல் என்னும் ஊரில் ஒரு ஜைன உருவம் கருங்கல்லில் அமைக்கப்பட்டிருக்கிறது. இந்த விக்கிரகத்தைத் தட்டினால் இனிய இசை உண்டாகிறது. அளவுக்கு அதிகமாகத் தட்டித்தட்டி மக்கள் இந்த உருவத்தைச் சிறிது உடைத்து விட்டார்கள்.

சிற்பிகள் தமது வன்மையினாலே கருங்கல்லில் அமைத்த வேறு சில பொருள்களும் உள்ளன.

பதினோரு ஆடல்

இசைக் கலையுடன் தொடர்புடையது ஆடல் கலை. ஆடல் கலை, இசைக் கலையைப் போலவே பழைமை வாய்ந்தது. வாயினால் பாடப்பட்ட இசைப்பாட்டுக்குச் செந்துறைப் பாட்டு என்றும், ஆடல் கலைக்குரிய பாட்டுக்கு வெண்டுறைப் பாட்டு என்றும் பெயர் உண்டு.

பண்டைக் காலத்தில் ஆடப்பட்டு இப்போது மறைந்து போன ஆடல்களைப் பற்றிக் கூறுவோம்.

பண்டைக் காலத்திலே பதினோரு வகையான ஆடல்களை ஆடி வந்தார்கள். இவ் வாடல்களைக் கூத்து என்றும் கூறுவதுண்டு. இவ் வாடல்கள், தெய்வங்களின் பெயரால் ஆடப்பட்டபடியால், தெய்வ விருத்தி என்று கூறப்படும். தெய்வங்கள் தமது பகைவரான அவுணர்களுடன் போர் செய்து வென்று, அவ் வெற்றியின் மகிழ்ச்சி காரணமாக ஆடிய ஆடல்கள் இவை.

இப் பதினோராடல்களின் பெயர்களாவன:

1. அல்லியம், 2. கொடுகொட்டி. 3. குடை. 4. குடம். 5. பாண்டரங்கம். 6. மல், 7. துடி. 8. கடையம். 9. பேடு. 10. மரக்கால். 11. பாவை.

இவற்றில் முதல் ஆறும் நின்று ஆடுவது. பின்னுள்ள ஐந்தும் வீழ்ந்து ஆடுவது. என்னை?

"அல்லியங் கொட்டி குடைகுடம் பாண்டரங்கம்
மல்லுடன் நின்றாடல் ஆறு"

"துடி கடையம் பேடு மரக்காலே பாவை
வடிவுடன் வீழ்ந்தாடல் ஐந்து."

என்பதனால் அறியலாம்.

இந்த ஆடல்களை ஆடத் தொடங்குமுன்னர், முக நிலையாகத் திருமாலுக்கும் சிவபெருமானுக்கும் திங்களுக்கும் தேவபாணி பாடப்படும். அப் பாடல்களை அடியார்க்கு நல்லார் தமது உரையில் மேற்கோள் காட்டியிருக்கிறார். (சிலம்பு : கடலாடு காதை. 35- ஆம் வரி உரை) அப்பாடல்கள் இவை:

திருமால்

எண்சீர் கொச்சக வொருபோகு.

"மலர்மிசைத் திருவினை வலத்தினில் அமைத்தவன்
மறிதிரைக் கடலினை மதித்திட வடைத்தவன்
இலகொளித் தடவரை கரத்தினில் எடுத்தவன்
இனநிரைத் தொகைகளை யிசைத்தலில் அழைத்தவன்
முலையுணத் தருமவள் நலத்தினை முடித்தவன்
முடிகள்பத் துடையவன் உரத்தினை யறுத்தவன்
உலகனைத் தையுமொரு பதத்தினில் ஒடுக்கினன்
ஒளிமலர்க் கழல்தரு வதற்கினி யழைத்துமே."

பண்-கௌசிகம். தாளம்: இரண்டொத்துடைத் தடாரம்.

இறைவன்

"வண்ணமலர்ச் சரங்கோத்து
மதனவேள் மிகவெய்யக்
கண்ணளவோர் புலனல்லாக்
கனல்விழியால் எரித்தனையால்
எண்ணிறந்த தேவர்களும்
இருடிகளும் எழுந்தோட
ஒண்ணுதலாள் பாகங்கொண்
டொருதனியே யிருந்தனையே."

திங்கள்

"குரைகடல் மதிக்கு மதலையை
குறுமுய லொளிக்கு மரணினை
இரவிரு ளகற்றும் நிலவினை
யிறையவன் முடித்த அணையினை
கரியவன் மனத்தி னுதித்தனை
கயிரவ மலர்த்து மவுணனை
பரவுநர் தமக்கு நினதிரு
பதமலர் தபுக்க வினையையே."

பண்-கௌசிகம். தாளம்-இரண்டொத்துடைத் தடாரம்.

இனி இந்த ஆடல்கள் ஒவ்வொன்றையும் விளக்குவோம்.

1. **அல்லியம்:** இது, கண்ணன் யானையின் மருப்பை ஒடித்ததைக் காட்டும் ஆடல்.

"கஞ்சன் வஞ்சகங் கடத்தற் காக
அஞ்சன வண்ணன் ஆடிய ஆடலுள்
அல்லியத் தொகுதி:" **(சிலம்பு: கடலாடுகாதை, 46-47)**

"அஞ்சன வண்ணன் ஆடிய ஆடல் பத்துள், கஞ்சன் வஞ்சத்தின் வந்த யானையின் கோட்டை ஒசித்தற்கு நின்றாடிய அல்லியத் தொகுதி யென்னுங் கூத்து." என்பது அடியார்க்கு நல்லார் உரை.

இந்த ஆடலுக்கு ஆறு உறுப்புக்கள் உண்டு.

2. **கொடு கொட்டி:** சிவபெருமான் முப்புரத்தை எரித்த போது அது எரிமூண்டு எரிவதைக் கண்டு சயானந்தத்தினாலே கைகொட்டி நின்று ஆடிய ஆடல் இது. தீப்பற்றி எரிவதைக் கண்டு மனம் இரங்காமல் கைகொட்டி யாடியபடியினாலே கொடுகொட்டி என்னும் பெயர் பெற்றது. கொட்டிச் சேதம் என்றும் இதற்குப் பெயர் உண்டு.

"பாரதி யாடிய பாரதி யரங்கத்துத்
திரிபுர மெரியத் தேவர் வேண்ட
எரிமுகப் பேரம் பேவல் கேட்ப
உமையவள் ஒருதிற னாகவோங்கிய
இமையவன் ஆடிய கொடுகொட்டி யாடல்."

(சிலம்பு: கடலாடுகாதை 39 -44.)

"தேவர், புரமெரிய வேண்டுதலால் வடவை எரியைத் தலையிலேயுடைய பெரிய அம்பு ஏவல் கேட்டவளவிலே. அப்புரத்தில் அவுணர் வெந்து விழுந்த வெண்பலிக் குவையாகிய பாரதியரங்கத் திலே, உமையவள் ஒரு கூற்றினளாய் நின்று பாணி தூக்குச் சீர் என்னும் தாளங்களைச் செலுத்தத், தேவர் யாரினுமுயர்ந்த இறைவன் சாயனத்தத்தால் கைகொட்டி நின்று ஆடிய கொடுகொட்டி என்னும் ஆடல்." என்பது அடியார்க்கு நல்லார் உரை.

இந்த ஆடலுக்கு நான்கு உறுப்புக்கள் உண்டு.

இந்த ஆடலில், உட்கு (அச்சம்), வியப்பு, விழைவு (விருப்பம்), பொலிவு (அழகு) என்னும் குறிப்புகள் அமைந்திருக்கும் என்று கூறும் செய்யுளை நச்சினார்க்கினியர் தமது உரையில் மேற்கோள் காட்டுகிறார் (கலித்தொகை. கடவுள் வாழ்த்து உரை).

“கொட்டி யாடற் றோற்றம் ஒட்டிய
உமையவள் ஒருபாலாக ஒருபால்
இமையா நாட்டத்து இறைவன் ஆகி
அமையா உட்கும் வியப்பும் விழைவும்
பொலிவும் பொருந்த நோக்கிய தொக்க
அவுணர் இன்னுயிர் இழப்ப அக்களம்
பொலிய ஆடினன் என்ப.”

என்பது அச்செய்யுள்.

சிலப்பதிகாரக் காவியத்தை இயற்றிய இளங்கோவடிகளின் தமயனான சேரன் செங்குட்டுவன், வஞ்சிமாநகரத்திலே ஆடகமாடம் என்னும் அரண்மனையின் நிலமுற்றத்திலே மாலை நேரத்திலே தன்னுடைய தேவியோடு வீற்றிருந்தான். அவ்வமயம், கூத்தச் சாக்கையன் என்னும் நாடகக் கலைஞன், தன் மனைவியுடன் வந்து அரசனை வணங்கி, இருவரும் சிவபெருமான் உமையவள் போன்று வேடம் புனைந்து இந்தக் கொட்டிச் சேதம் என்னும் ஆடலை ஆடிக் காட்டினான். அதனைச் செங்குட்டுவ மன்னன் தேவியுடன் கண்டு மகிழ்ந்தான் என்று சிலப்பதிகாரம் கூறுகிறது.

“திருநிலைச் சேவடிச் சிலம்புவாய் புலம்பவும்
பரிதரு செங்கையில் படுபறை ஆர்ப்பவும்
செங்கண் ஆயிரம் திருக்குறிப்பருளவும்
செஞ்சடை சென்று திசைமுகம் அலம்பவும்
பாடகம் பதையாது சூடகம் துளங்காது
மேகலை ஒலியாது மென்முலை யசையாது
வார்குழை ஆடாது மணிக்குழல் அவிழாது
உமையவள் ஒருதிற னாக ஓங்கிய
இமையவன் ஆடிய கொட்டிச் சேதம்
பார்தரு நால்வகை மறையோர் பறையூர்க்
கூத்தச் சாக்கையன் ஆடலின் மகிழ்ந்து.”

(சிலம்பு: நடுகற் காதை. 67- 77)

என்பது அப்பகுதி.

3. **குடைக் கூத்து:** இது, முருகன் அவுணரை வென்று ஆடிய ஆடல்.

“படை வீழ்த்தவுணர் பையுள் எய்தக்
குடைவீழ்த் தவர்முன் ஆடிய குடை,”

என்பது சிலப்பதிகாரம். (கடலாடுகாதை: 52 -53)

"அவுணர் தாம் போர் செய்தற்கு எடுத்த படைக்கலங்களைப் போரிற்கு ஆற்றாது போக வருத்தமுற்றவளவிலே, முருகன் தன் குடையை முன்னே சாய்த்து அதுவே ஒருமுக வெழினியாக நின்றாடிய குடைக் கூத்து." என்பது அடியார்க்கு நல்லார் உரை.

இந்தக் கூத்துக்கு நான்கு உறுப்புகள் உண்டு.

4. **குடக் கூத்து.** தன் பேரனாகிய அநிருத்தனை வாணன் என்னும் அவுணன் சிறை வைத்தபோது அவனை சிறை மீட்பதற்காகக் கண்ணன் ஆடிய ஆடல், மண்ணால், அல்லது பஞ்சலோகத்தினால் செய்யப்பட்ட குடத்தைக் கொண்டு ஆடப்படுவது இக்கூத்து.

> **"வாணன் பேரூர் மறுகிடை நடந்து**
> **நீள்நிலம் அளந்தோன் ஆடிய குடம்" (கடலாடுகாதை : 54-55)**

என்பது சிலப்பதிகாரம்.

"காமன் மகன் அநிருத்தனைத் தன் மகள் உழைகாரணமாக வாணன் சிறை வைத்தலின், அவனுடைய சோவென்னும் நகர வீதியிற் சென்று நிலங்கடந்த நீனிற வண்ணன் குடங் கொண்டாடிய குடக் கூத்து." என்பது அடியார்க்கு நல்லார் உரை.

குடக் கூத்துக்கு ஐந்து உறுப்புகள் உண்டு.

5. **பாண்டரங்கம்.** சிவபெருமான், திரிபுரத்தை எரித்துச் சாம்பலாக்கிய பின்னர், தேர்ப்பாகனாக இருந்த நான்முகன் காணும்படி ஆடியது இப்பாண்டரங்கம் என்னும் கூத்து (சிவபெருமான், கொடு கொட்டி என்னும் கூத்தையாடியது, திரிபுரம் தீப்பிடித்து எரிந்து கொண்டிருக்கும் போது, இப்பாண்டரங்கக் கூத்து, அது எரிந்து சாம்பலான பிறகு ஆடியது).

> **"தேர்முன் நின்ற திசைமுகன் காணப்**
> **பாரதி யாடிய வியன்பாண் டரங்கமும்." (கடலாடுகாதை: 44-45)**

என்பது சிலப்பதிகாரம்.

"வானோராகிய தேரில் நான்மறைக் கடும்பரி பூட்டி நெடும்புறம் மறைத்து வார்துகில் முடித்துக் கூர்முட்பிடித்துத் தேர்முன் நின்ற திசைமுகன் காணும்படி பாரதி வடிவாய இறைவன் வெண்ணீற்றை அணிந்தாடிய பாண்டரங்கக் கூத்து" என்பது அடியார்க்கு நல்லார் உரை.

இந்தக் கூத்தில் தூக்கு என்றும், தாள உறுப்பு சிறப்பாக இருக்கும் என்றும் கலித்தொகைச் செய்யுள் கூறுகிறது:

"மண்டமர் பலகடந்து மதுகையால் நீறணிந்து
பாண்டரங்கம் ஆடுங்கால் பணையெழில் அணைமென்றோள்
வண்டரற்றும் கூந்தலாள் வளர்த்தூக்கு தருவாளோ"

என்பது அச்செய்யுள்.

பாண்டரங்கக் கூத்து ஆறு உறுப்புகளையுடையது.

6. **மல்.** மல்லாடல் என்பது, கண்ணன் வாணன் என்னும் அவுணனுடன் மற்போர் செய்து அவனைக் கொன்றதைக் காட்டும் கூத்து.

"அவுணற் கடந்த மல்லி னாடல்"

என்பது சிலப்பதிகாரம். "வாணனாகிய அவுணனை வேறற்கு மல்லனாய்ச் சேர்ந்தாரிற் சென்று அறைகூவி உடற் கரித்தெழுந்து அவனைச் சேர்ந்த அளவிலே சடங்காகப் பிடித்து உயிர் போக நெரித்துத் தொலைத்த மல்லாடல்" என்பது அடியார்க்கு நல்லார் உரை.

மல்லாடல் ஐந்து உறுப்புகளையுடையது.

7. **துடி.** துடியாடல் என்பது, கடலின் நடுவில் ஒளிந்த சூரபதுமனை முருகன் வென்ற பிறகு, அக்கடலையே அரங்கமாகக் கொண்டு துடி (உடுக்கை) கொட்டியாடிய கூத்து.

"மாக்கடல் நடுவண்
நீர்த்திரை யரங்கத்து நிகர்த்துமுன் நின்ற
சூர்த்திறங் கடந்தோன் ஆடிய துடி."

என்பது சிலப்பதிகாரம். **(கடலாடுகாதை 49-51)**

"கரிய கடலின் நடுவு நின்ற சூரனது வேற்றுருவாகிய வஞ்சத்தை யறிந்து அவன் போரைக் கடந்த முருகன் அக்கடல் நடுவண் திரையே யரங்கமாக நின்று துடிகொட்டி பாடிய துடிக் கூத்து" என்பது அடியார்க்கு நல்லார் உரை.

8. **கடையம்:** கடையக் கூத்து என்பது. வாணனுடைய சோ என்னும் நகரத்தின் வடக்குப் புறத்தில் இருந்த வயலில், இந்திரனுடைய மனைவியாகிய அயிராணி. உழத்தி உருவத்தோடு ஆடிய உழத்திக் கூத்து.

"வயலுழை நின்று வடக்கு வாயிலுள்
அயிராணி மடந்தை யாடிய கடையம்"

என்று சிலப்பதிகாரம் கூறுகிறது. **(கடலாடுகாதை 62-63)**

"வாணனுடைய பெரிய நகரின் வடக்கு வாயிற்கண் உளதாகிய வயலிடத்தே நின்று அயிராணி என்னும் மடந்தை ஆடிய கடையம் என்னும் ஆடல்" என்பது அடியார்க்கு நல்லார் உரை.

இதற்கு உறுப்புகள் ஆறு.

9. **பேடு.** பேடியாடல் என்பது, காமன் தன் மகனான அநிருத்தனைச் சிறை மீட்பதற்காக வாணனுடைய சோ என்னும் நகரத்தில் பேடியுருவங் கொண்டு ஆடிய ஆடல்.

"ஆண்மை திரிந்த பெண்மைக் கோலத்துக்
காமன் ஆடிய பேடியாடல்."

என்று சிலப்பதிகாரம் கூறுகிறது. **(கடலாடுகாதை 56-57)**

"ஆண்மைத் தன்மையிற்றிரிந்த பெண்மைக் கோலத்தோடு காமனாடிய பேடென்னும் ஆடல். இது தனது மகன் அநிருத்தனைச் சிறைமீட்டுக் காமன் சோ நகரத்தாடியது" என்று உரை கூறுகிறார் அடியார்க்கு நல்லார்.

இது நான்கு உறுப்புகளை உடையது.

காவிரிப்பூம்பட்டினத்தில் 1800 ஆண்டுகளுக்கு முன்னர் இந்திர விழா நடந்தபோது. அந்நகரத் தெருவில் இப்பேடிக் கூத்து ஆடப்பட்டதென்றும் அதனை மக்கள் கண்டு மகிழ்ந்தனர் என்றும் மணிமேகலை கூறுகிறது. அப்பகுதி இது:

"சுரியற் றாடி மருள்படு பூங்குழல்
பவளச் செவ்வாய்த் தவள வாண்ணகை
ஒள்ளரி நெடுங்கண் வெள்ளிவெள் தோட்டுக்
கருங்கொடிப் புருவத்து மருங்குவளை பிறைநுதல்
காந்தளஞ் செங்கை யேந்திள வனமுலை
அகன்ற அல்குல் அந்நுண் மருங்குல்
இகந்த வட்டுடை யெழுதுவரிக் கோலத்து
வாணன் பேரூர் மறுகிடை நடந்து
நீள்நிலம் அளந்தோன் மகன்முன் னாடிய
பேடிக் கோலத்துப் பேடுகாண் குநரும்"

(மணிமேகலை, மலர்வனம் புக்ககாதை 116-125)

10. **மரக்கால்.** மரக்கால் ஆடல் என்பது மாயோள் ஆகிய கொற்றவை முன் நேராக எதிர்த்துப் போர் செய்ய முடியாத அவுணர், வஞ்சனையால் வெல்லக் கருதி பாம்பு தேள் முதலியவற்றைப் புகவிட, அவற்றைக் கொற்றவை மரக்காலினால் உழக்கி ஆடிய ஆடல். இதனைக்

"காய்சின அவுணர் கடுந்தொழில் பொறாஅள்
மாயவள் ஆடிய மரக்கால் ஆடல்"

என்று சிலப்பதிகாரம் கூறுகிறது. (கடலாடுகாதை 58-59)

இதற்கு, "காயும் சினத்தையுடைய அவுணர் வஞ்சத்தால் செய்யும் கொடுந்தொழிலைப் பொறாளாய் மாயோளால் ஆடப்பட்ட மரக்காலென்னும் பெயரையுடைய ஆடல்" என்று உரை கூறுகிறார் அடியார்க்கு நல்லார்.

இவ் வாடலுக்கு நான்கு உறுப்புகள் உண்டு.

11. **பாவை.** பாவைக் கூத்து என்பது, போர் செய்வதற்குப் போர்க்கோலங் கொண்டுவந்த அவுணர் மோகித்து விழுந்து இறக்கும்படி, திருமகள் ஆடிய கூத்து. இதனை,

"செருவெங் கோலம் அவுணர் நீங்கத்
திருவின் செய்யோள் ஆடிய பாவை"

என்று சிலப்பதிகாரம் கூறுகிறது. (கடலாடுகாதை 60-61)

"அவுணர் வெவ்விய போர்செய்தற்குச் சமைந்த போர்க் கோலத்தோடு மோகித்து வீழும்படி கொல்லிப் பாவை வடிவாய்ச் செய்யோளாகிய திருமகளால் ஆடப்பட்ட பாவையென்னும் ஆடல்," என்பது அடியார்க்கு நல்லாருரை.

இப்பாவைக் கூத்து மூன்று உறுப்புகளையுடையது.

இப்பாவைக் கூத்தை, பொம்மையாட்டம் என்னும் தோற் பாவைக் கூத்தென்று மயங்கக்கூடாது. பாவைக் கூத்து வேறு. பொம்மைக் கூத்து வேறு.

இந்தப் பதினோருவகையான ஆடல்களையும் அந்தந்தப் பாத்திரத்தின் ஆடை அணிகளை அணிந்து, மாதவி என்னும் கலைச்செல்வி மேடையில் ஆடினாள் - 1800 ஆண்டுகளுக்கு முன்னர் என்று சிலப்பதிகாரம் கூறுகிறது.

இப்பதினோரு ஆடல்களின் விவரங்களையும் அவற்றின் உறுப்புகளையும் அவற்றிற்குரிய பாடல்களையும் அப்பாடல்களுக் குரிய பக்க வாத்தியங்களையும் மற்றச் செய்திகளையும் விளங்கக் கூறிய சில நூல்களும் பண்டைக்காலத்தில் இருந்தன என்று யாப்பருங்கலம் என்னும் நூலின் உரையாசிரியர் கூறுகிறார். அவர் எழுதுவது வருமாறு (யாப்பருங்கலம், ஒழிபியல், விருத்தியுரை).

"வெண்டுறை வெண்டுறைப் பாட்டாவன: பதினோராடற்கும் ஏற்றபாட்டு, அவை அல்லியம் முதலியனவும் பாடல்களாக ஆடு வாரையும், பாடல்களையும், கருவியையும் உந்து இசைப்பாட்டாய் வருவன.

"இனி இவற்றினுறுப்பு ஐம்பத்து மூன்றாவன: அல்லிய உறுப்பு 6. கொடுகொட்டி யுறுப்பு 4. குடையுறுப்பு 4. குடத்தினுறுப்பு 5. பாண்டரங்க உறுப்பு 6. பேட்டின் உறுப்பு 4. மரக்காலாடல் உறுப்பு. 4. பாவையுறுப்பு 3. எனவிவை. இவற்றின்றன்மை செயிற்றியமும் சந்தமும் (சந்தம் என்னும் பெயர் ஏடெழுதுவோரால் தவறாக எழுதப்பட்ட பெயர் என்று தோன்றுகிறது. இதன் சரியான பெயர் சயந்தம் என்று இருக்கக்கூடும். சயந்தன் என்பவரால் இயற்றப்பட்டது என்று கருதலாம். சயந்தம் என்னும் நூலை அடியார்க்குநல்லார் தமது உரையில் குறிப்பிடுகிறார்). பொய்கையார் நூலும் முதலியவற்றுட் காண்க. ஈண்டுரைப்பிற் பெருகும்."

கூத்து நூல்கள்

இவற்றில் செயிற்றியம் என்பது செயிற்றியனார் என்பவராலும், ச(ய)ந்தம் என்பது சயந்தனார் என்பவராலும் செய்யப்பட்ட நூல்கள் போலும், பொய்கையார் செய்த கூத்த நூல் பெயர் தெரியவில்லை. இந்தப் பொய்கையாரைப் பொய்கையாழ்வார் என்று கருதி மயங்கக் கூடாது.

விளக்கத்தனார் என்பவர் இயற்றிய விளக்கத்தார் கூத்து என்னும் நூலைப் பேராசிரியர் என்னும் உரையாசிரியரும், யாப்பருங்கல விருத்தியுரைகாரரும் தமது உரைகளில் குறிப்பிடுகிறார்கள். தொல் காப்பியம், பொருளதிகாரம் செய்யுளியலில், "சேரிமொழியாற் செவ்விதிற்கிளந்து" என்னும் சூத்திரத்தின் உரையில். "அவை விளக் கத்தார் கூத்து முதலாகிய நாடகச் செய்யுளாகிய வெண்டுறைச் செய்யுள் போல்வன" என்று பேராசிரியர் எழுதுகிறார். யாப்பருங்கல விருத்தியுரைகாரர் 40-ஆம் சூத்திர உரையில் இந்நூலைக் குறிப்பிடுகிறார்.

மதிவாணனார் என்பவர் இயற்றிய நாடகத் தமிழ் என்னும் நூலிலும் இந்தப் பதினோரு ஆடல்களும் கூறப்பட்டிருந்தன என்பது தெரிகிறது. மதிவாணனார் நாடகத்தமிழ் நூலை, உரையாசிரியர் அடியார்க்கு நல்லார் குறிப்பிட்டு அந்நூல் சூத்திரம் ஒன்றையும் மேற்கோள் காட்டுகிறார். (சிலம்பு : கடலாடுகாதை. 35-ஆம் வரி உரை மேற்கோள்.)

செயன்முறை என்னும் நாடகத் தமிழ் நூல் ஒன்று இருந்தது. இந்நூலை யாப்பருங்கல உரையாசிரியர் குறிப்பிடுகிறார். (செய்யுளில், 29ஆம் சூத்திர உரை.) இந்நூலிலும் கூத்துகளைப் பற்றிய செய்திகள் கூறப்பட்டிருக்க வேண்டும்.

குரவைக் கூத்து

கூத்துகளில் குரவைக்கூத்து என்னும் கூத்தும் உண்டு. அது மகளிர் ஆடுவது. எழுவர், எண்மர், ஒன்பதின்மர் மகளிர் வட்டமாக நின்று கைகோத்து ஆடுவது.

"குரவை என்பது எழுவர் மங்கையர்
செந்நிலை மண்டலக் கடகக் கைகோத்
தந்நிலைக் கொட்பநின் றாடலாகும்.

என்பது சூத்திரம். இது வரிக்கூத்துகளில் ஒன்று. குரவைக் கூத்து குன்றக் குரவை என்றும் ஆய்ச்சியர் குரவை என்றும் இருவகைப்படும்.

குன்றக் குரவை என்பது குறமகளிர் (குறிஞ்சி நிலத்தில் வாழ்பவர்) முருகனுக்காக ஆடும் கூத்து. இதற்குரிய பாடல்களைச் சிலம்பு: வஞ்சிக்காண்டத்தில் குன்றக்குரவையில் காண்க.

ஆய்ச்சியர் குரவை என்பது ஆயர் மகளிர் (முல்லை நிலத்தில் வாழ்வோர்) திருமாலுக்காக ஆடும் கூத்து.

தரையில் வட்டம் வரைந்து அதனைப் பன்னிரண்டு அறைகளாகப் பங்கிட்டு குரவை ஆடும் மகளிரை அவ்வறைகளில் நிறுத்தி, அவருக்கு முறையே குரல், துத்தம், கைக்கிளை, உழை, இளி, விளரி, தாரம் என்று எழுவருக்கும் ஏழு பெயரிட்டு இசைபாடி ஆடுவது. இது இசையும் கூத்தும் பொருந்தி ஆடப்படும் இனிய ஆடல் என்று தோன்றுகிறது. இவ்வாடலுக்குரிய குறவைச் செய்யுள்களையும் சிலப்பதிகாரம் ஆய்ச்சியர் குரவையில் காணலாம். இதுபற்றி ஆழ்ந்து ஆராய விரும்புவோர் அங்குக் காண்பாராக.

பரத நாட்டியம்

பாரத தேசத்திலே பல நாட்டியக் கலைகள் உள்ளன. அவைகளில் பரத நாட்டியம், கதக், கதகளி, மணிபுரி நாட்டியங்கள் பேர் போனவை. இவைகளிலும் தலை சிறந்த உயர்ந்த கலையாக விளங்குவது பரத நாட்டியம். இதைத் தமிழனின் தற்புகழ்ச்சி என்றோ உபசார வார்த்தை என்றோ யாரும் கருதக்கூடாது. உவத்தல் வெறுத்தல் இல்லாத மேல்நாட்டு ஆசிரியர் கூறும் கருத்தையே கூறுகிறேன். "இந்திய நடனங்களிலே பெருமிதம் உடையது (தலை சிறந்தது) பரத நாட்டியம்" என்று இந்திய நடனக் கலைகளைப் பற்றி ஆராய்ந்து எழுதிய ஒரு அமெரிக்கர் "Bharata Natya. the Pride of Indian Dance" என்று கூறுகிறார். (P.19. The Dance in India by Faubian Bowers. New York. 1955).

தமிழ்நாடு, ஆந்திரநாடு, கர்நாடக நாடு முதலிய தென் இந்தியாவில் பரத நாட்டியம் இக்காலத்தில் பயிலப்பட்டாலும், இக்கலையை உண்டாக்கி வளர்த்துப் பாதுகாத்து வருபவர் தமிழரே. இரண்டாயிரம் ஆண்டுகளுக்கு முன்பிருந்தே பரத நாட்டியக் கலை தமிழ்நாட்டிலே வளர்க்கப்பட்டு வருகிறது. இக்காலத்திலும், நட்டுவர் என்று பெயர் கூறப்படுகிற தலைக்கோல் ஆசான்கள் தஞ்சாவூரிலே அதிகமாக இருக்கிறார்கள். இவர்களே இக்கலையைக் கற்றுங் கற்பித்தும் வருகிறார்கள்.

பரத நாட்டியக் கலையைப் பற்றித் தமிழிலும் வடமொழியிலும் நூல்கள் உள்ளன. இக்கலையைப் பற்றி வடமொழியில் நூல்கள் எழுதப்பட்டிருப்பதனாலே இது வடநாட்டுக் கலையென்றோ வடநாட்டவருக்குரியதென்றோ கருதலாகாது. தமிழ்நாட்டிலே தமிழர்களால் தொன்றுதொட்டு வளர்க்கப்பட்டு வருகிறது இந்தப் பரத நாட்டியக் கலை.

பரத நாட்டியம் இப்போதும் நமது நாட்டில் பயிலப்படுகிறது. பாடப்படும் பாட்டிற்கேற்ப அவிநயங்காட்டிப் பாவகம் தோன்ற ஆடிக்காட்டுதல். இது மகளிர்மட்டும் ஆடுதற்குரிய ஆடல். இதற்குக் கைக்குறியீடுகள் இன்றியமையாதன. கைக்குறியீடுகளை முத்திரை (அடையாளம்) என்பர். இந்த முத்திரைகளின் பொருளை (அர்த்தத்தை) யறியாதவர் பரத நாட்டியத்தைச் சுவைத்து இன்புற முடியாது. ஆகவே, முத்திரைகள் இன்னதென்பதையும் அந்தந்த முத்திரை எந்தெந்தப்

பொருளைக் குறிக்கின்றன என்பதையும் அறிந்தவரே பரத நாட்டியத்தை நன்றாகத் துய்ப்பார்கள்.

ஒற்றைக்கை

கை (முத்திரை) இரண்டு வகைப்படும். அவை, இணையா வினைக்கை, இணைக்கை என்பன.

இணையாவினைக்கை முத்திரைக்கு, ஒற்றைக்கை என்றும் பிண்டிக்கை என்றும் வேறு பெயர்கள் உண்டு. இக்கை முப்பத்து மூன்றுவிதம் உள்ளது. முப்பத்து மூன்று பிண்டிக் கைகள் ஆவன:-

1. பதாகை	12. காங்கூலம்	23. மெய்ந்நிலை
2. திரிபதாகை	13. கபித்தம்	24. உன்னம்
3. கத்தரிகை	14. விற்பிடி	25. மண்டலம்
4. தூபம்	15. குடங்கை	26. சதுரம்
5. அராளம்	16. அலாபத்திரம்	27. மான்தலை
6. இளம்பிறை	17. பிரமரம்	28. சங்கு
7. சகதுண்டம்	18. தாம்பிர சூடம்	29. வண்டு
8. முட்டி	19. பிசாசம்	30. இலதை
9. கடகம்	20. முகுளம்	31. கபோதம்
10. சூசி	21. பிண்டி	32. மகரமுகம்
1 1. பதுமகோசிகம்	22. தெரிநிலை	33. வலம்புரி

இதற்குச் சூத்திரம் :

"இணையா வினைக்கை யியம்புங் காலை
அணைவுறு பதாகை திரிபதா கையே
கத்தரிகை தூபம் அராளம் இளம்பிறை
சுகதுண் டம்மே முட்டி கடகம்
சூசி பதும கோசிகந் துணிந்த
மாசில்காங் கூலம் வழுவறு கபித்தம்
விற்பிடி குடங்கை யலாபத் திரமே
பிரமரந் தன்னொடு தாம்பிர சூடம்
பிசாசம் முகுளம் பிண்டி தெரிநிலை
பேசிய மெய்ந்நிலை யுன்னம் மண்டலம்

சதுரம் மான்றலை சங்கே வண்டே
அதிர்வில் இலதை கபோதம் மகரமுகம்
வலம்புரி தன்னோடு முப்பத்து மூன்றென
இலங்குமொழிப் புலவர் இசைத்தனர் என்ப"

(சிலம்பு: அரங்கேற்றுகாதை. 18-ஆம் அடி, அடியார்க்கு நல்லார் உரை மேற்கோள்.)

இரட்டைக்கை

இணைக்கை முத்திரைக்கு, இரட்டைக்கை என்றும் பிணையல் என்றும் வேறு பெயர்கள் உண்டு. இதன் முத்திரை பதினைந்து. அவையாவன:

1. அஞ்சலி	6. சுவத்திகம்	11. புட்பபுடம்
2. புட்பாஞ்சலி	7. கடகாவருத்தம்	12. மகரம்
3. பதுமாஞ்சலி	8. நிடதம்	13. சயந்தம்
4. கபோதம்	9. தோரம்	14. அபயவத்தம்
5. கற்கடகம்	10. உற்சங்கம்	15. வருத்தமானம்

இதற்குச் சூத்திரம் வருமாறு:-

"எஞ்சுதல் இல்லா இணைக்கை யியம்பில்
அஞ்சலி தன்னொடு புட்பாஞ் சலியே
பதுமாஞ் சலியே கபோதங் கற்கடகம்
நலமாஞ் சுவத்திகம் கடகா வருத்தம்
நிடதம் தோரமுற் சங்கம் மேம்பட
வுறுபுட் பபுடம் மகரம் சயந்தம்
அந்தமில் காட்சி யபய வத்தம்
எண்ணிய வருத்த மானந் தன்னொடு
பண்ணுங் காலைப் பதினைந் தென்ப."

(சிலம்பு: அரங்கேற்று காதை, 18-ஆம் அடி. அடியார்க்கு நல்லார் உரைமேற்கோள்.)

இந்தப் பிண்டி பிணையல் என்னும் ஒற்றைக்கை இரட்டைக்கை முத்திரைகளின் அமைப்பு விவரத்தையும் அவற்றின் அர்த்தத்தையும் அடியார்க்கு நல்லார் தமது உரையில் விளக்கமாக எழுதுகிறார். (இவற்றை நன்கு அறிய விரும்புவோர் அவ்வுரையை மனம் ஊன்றிக்

கற்பாராக. அடியார்க்கு நல்லாரும் வடமொழி பரதசாத்திர நூல்களும் ஒற்றைக்கையாகிய பிண்டிக்கை 33 வகை என்றும், இரட்டைக் கையாகிய பிணையல் 15 வகை என்றும் கூறுகின்றனர். ஆனால், சிலப்பதிகார அரும்பதவுரையாசிரியரான பழைய உரையாசிரியர், ஒற்றைக்கை, பதாகை முதலாக இருபத்து நான்கு என்றும் இரட்டைக்கை, அஞ்சலி முதலாகப் பதின்மூன்று என்றும் கூறுகிறார். ஆகவே, சிலப்பதிகார அரும்பத உரையாசிரியர் காலம் இவர்கள் காலத்திற்கு முற்பட்டது என்பது தெரிகிறது. 24ஆக இருந்த ஒற்றைக்கை 33 ஆக ஆனதும், 13 ஆக இருந்த இரட்டைக்கை 15 ஆக ஆனதும் எந்தக் காலத்தில் என்பது ஆராயற்பாலது.)

பரத நாட்டியத்துக்கு உயிர் போன்றன இந்த முத்திரைகள். இந்த முத்திரைகளின் அர்த்தத்தை அறிந்தவரே பரதநாட்டியத்தை நன்கு சுவைத்து இன்புறுவார்கள். முத்திரைகளின் பொருளை அறியாதவர் பரதநாட்டியம் காண்பது. பொருள் தெரியாமல் செய்யுளைப் படிப்பதுபோலாகும்.

முகக் குறிப்பு

பரத நாட்டியத்திற்குக் கை முத்திரைகளைப் போலவே முகத்தினாலும், கண்ணினாலும், புருவத்தினாலும், காலாலும் குறிப்புகளைக் காட்டுவது உண்டு. இவற்றில், முகத்தின் (தலையின்) குறிப்பு வகைகளைக் கூறுவோம்.

1. அஞ்சிதம், 2. அதோமுகம், 3. ஆகம்பிதம், 4. பிரகம்பிதம், 5. ஆலோலிதம், 6. உலோலிதம், 7. உத்துவாசிதம், 8. சமம், 9. சௌந்தரம், 10. துதம் 11. விதுதம், 12. பராவிருத்தம், 13. பரிவாகிதம், 14. திரச்சீனம்.

அஞ்சிதமுகம் என்பது, வருத்தம் பொறுக்காமல் இரண்டு தோள்களின் மேலும் தலை சாய்த்தல்.

அதோமுகம் என்பது, தலைகுனிந்து பார்த்தல்.

ஆகம்பிதம் என்பது, சம்மதத்தைத் தெரிவிப்பதற்காக மேல்கீழாகத் தலையாட்டல்.

பிரகம்பிதம் என்பது, வியப்பு, பாட்டு, பிரபந்தம் என்னும் பொருள் உள்ளதாகத் தலையை முன்னும் பக்கத்தும் அசைத்தல்.

ஆலோலிதம் என்பது, ஆசையால் மலர்ந்த முகத்தோடு ஒருவரைத் தலையசைத்து அழைத்தல்.

உலோலித முகம் என்பது சிந்தனையோடு ஒரு தோள்மேல் தலைசாய்த்தல்.

உத்துவாசித முகமாவது, தலையையண்ணாந்து பார்த்தல்.

சமமுகமாவது, தியானிப்பதுபோல தலையசையாதிருத்தல்.

சௌந்தர முகமாவது, மகிழ்ச்சியோடு மலர்ந்த முகங்காட்டல்.

துதமுகமாவது, வேண்டாம் என்பதற்கு இடம் வலமாகத் தலையாட்டல்.

விதுதமுகம் என்பது, உணவு, அணி முதலியவற்றை வேண்டாம் என்பதற்குத் தலையை நடுக்கல்.

பராவிருத்த முகமாவது, வேண்டாததற்கு முகந்திருப்பல்.

பரிவாகித முகம் என்பது, இறுமாப்புடன் ஒருபுறஞ் சாய்ந்த தலையைச் சிறிதாய்ச் சுற்றியாட்டல்.

திரச்சீன முகம் என்பது நாணத்தோடு தலையாட்டல்.

பரதநாட்டியத்தைப் பற்றிய ஏனைய செய்திகளையும் அலாரிப்பு, ஜெதிசுரம், சப்தம், வர்ணம், பதம், தில்லானா முதலியவைகளைப் பற்றியும் விரிந்த நூலில் கண்டுகொள்க. தாண்டவத்தைப் பற்றியும் அதற்குரிய நூல்களில் கண்டுகொள்க.

தலைக்கோல்

இந்திரன் மகன் சயந்தன் என்பவனை, ஆடல்பாடல்களுக்குத் தெய்வமாகத் தமிழர் பண்டைக்காலத்தில் கொண்டிருந்தனர் என்பது தெரிகிறது. ஆடல்பாடல்களின் தெய்வமாகிய சயந்த குமாரனுக்கு அறிகுறியாகத் தலைக்கோல் என்னும் கோலைப் போற்றினார்கள். தலைக்கோல் என்பது ஏழுசாண் நீளமுள்ள மூங்கிலினால் அமைந்த கோல். இம் மூங்கில் கழியின் கணுக்கள்தோறும் நவரத்தினங்கள் இழைக்கப்பட்டு இடையிடையே பொற்கட்டு இடப்பட்டிருக்கும். இத்தலைக்கோலுக்கு அரண்மனையிலும் ஆடல் அரங்கத்திலும் தனியிடம் உண்டு.

> "புண்ணியமால் வெற்பில் பொருந்து கழைகொண்டு
> கண்ணிடைக் கண்சாண் கனஞ்சாரும்-எண்ணிய
> நீளமெழு சாண்கொண்டு நீராட்டி நன்மைபுனை
> நாளிற் றலைக் கோலை நாட்டு"

என்பது பரத சேனாபதியம்.

போர்க்களத்திலே தோற்ற அரசனுடைய வெண்கொற்றக் குடையின் காம்பைக் கொண்டுவந்து அதனால் தலைக்கோல் அமைப்பதும் உண்டு

தலைக்கோல் சிறப்பு

காவிரிப்பூம் பட்டினத்திலே சோழனுடைய அரண்மனையிலே தலைக்கோலுக்குரிய இடம் இருந்தது. அந்தக் காலத்திலே, இந்திர விழா நடைபெற்ற இருபத்தெட்டு நாளிலும் இசையரங்கத்திலே ஆடல் பாடல்கள் நிகழ்ந்தன. அவ்விழாவின் தொடக்கத்தில், மேள தாளத்துடன் தலைக்கோலுக்குப் பூசனை முதலிய சிறப்புச் செய்து அரசன் அமைச்சன் புரோகிதன் சேனாபதி முதலியோர் சூழ இருந்து தலைக்கோல் எடுத்துப் பட்டத்து யானையின் கையில் கொடுத்து வலமாக வந்து தேரின்மேலே நின்ற ஆடல் ஆசிரியன் கையில் கொடுப்பார்கள். ஆடலாசிரியரின் தலைக்கோலை வாங்கித் தேரில் வைத்து நகரத்தில் வலமாக வருவான். வலம் வந்தபிறகு அரங்கத்திலே தலைக்கோல் வைக்கப்படும். பிறகு, ஆடல்பாடல்கள் நிகழும்.

இச்செய்தியைச் சிலப்பதிகாரம் கூறுகிறது.

"பேரிசை மன்னர் பெயர்புறத் தெடுத்த
சீரியல் வெண்குடைக் காம்பு நனி கொண்டு
கண்ணிடை நவமணி யொழுக்கி மண்ணிய
நாவலம் பொலந்தகட் டிடைநிலம் போக்கிக்
காவல் வெண்குடை மன்னவன் கோயில்
இந்திர சிறுவன் சயந்தன் ஆகென
வந்தனை செய்து வழிபடு தலைக் கோல்
புண்ணிய நன்னீர் பொற்குடத் தேந்தி
மண்ணிய பின்னர் மாலை யணிந்து
நலந்தரு நாளாற் பொலம்பூண் ஓடை
அரசுவாத் தடக்கையில் பரசினர் கொண்டு
முரசெழுந் தியம்பப் பல்லியம் ஆர்ப்ப
அரைசொடு பட்ட ஐம்பெருங் குழுவும்
தேர்வலஞ் செய்து கவிகைக் கொடுப்ப
ஊர்வலஞ் செய்து புகுந்துமுன் வைத்து"

(சிலம்பு, அரங்கேற்று காதை 114 - 128)

இந்தச் செய்தியையே செயிற்றியம் என்னும் நூலும் கூறுகிறது.

"பிணியுங் கோளும் நீங்கிய நாளால்
அணியுங் கவினும் ஆசற வியற்றித்
தீதுதீர் மரபிற் றீர்த்த நீரான்
மாசது தீர மண்ணுநீர் ஆட்டித்
தொடலையும் மாலையும் படலையுஞ் சூட்டிப்
பிண்ட முண்ணும் பெருங்களிற்றுத் தடக்கை மிசைக்
கொண்டு சென்றுறீஇக் கொடியெடுத் தார்த்து
முரசு முருடும் முன்முன் முழங்க
அரசு முதலான ஐம்பெருங் குழுவும்
தேர்வலஞ் செய்து கவிகைக் கொடுப்ப
ஊர்வலஞ் செய்து புகுந்த பின்றைத்
தலைக்கோல் கோடல் தக்க தென்ப."

என்பது சூத்திரம்.

ஆடல்பாடல் என்னும் கலைகளில் தேர்ந்த மகளிர்க்குத் தலைக் கோலி என்னும் பட்டம் வழங்கப்பட்டது. தலைக்கோல் அரிவை என்றும் கூறுவர். சோழர் காலத்துச் சாசனங்களில் தலைக்கோலிப் பட்டம் பெற்றவர்களின் பெயர்கள் சில காணப்படுகின்றன. நாட்டியக்

கலையைப் பயில்விக்கும் நட்டுவருக்குத் தலைக்கோலாசான் என்னும் பெயரும் வழங்கி வந்தது.

நாட்டியம் ஆடி முதிர்ந்த மகளிர்க்குத் தோரிய மடந்தையர் என்றும், தலைக்கோல் அரிவையர் என்றும் பெயர்கள் உண்டு. இவர்கள் ஆடிமுதிர்ந்த பின்பு, பாடல் மகளிராய் ஆடல் மகளிர் காலுக்கு ஒற்றறுத்துப் பாடுபவர்.

கலைப் போட்டி

மிகப் பழங் காலத்திலேயே தமிழர் இசைக்கலையை நன்கு போற்றி வளர்த்தார்கள். தமிழர் வளர்த்த முத்தமிழில் இசைத் தமிழும் ஒன்றாக இருந்தது. இசைக்கலையை வளர்த்ததோடு அமையாமல், அவை கூட்டி இசை வல்லவர்களைப் பாடச்செய்து வெற்றி பெற்றவர்களைப் பாராட்டியும் பட்டம் வழங்கியும் நன்கொடை யளித்தும் போற்றினார்கள். புறப்பொருள் வெண்பாமாலை என்னும் நூலிலே பெருந்திணைப் படலத்திலே வென்றிப் பெருந்திணை என்னும் பிரிவிலே யாழ் வென்றி, ஆடல் வென்றி, பாடல் வென்றி என்று இசைச் சார்பாக மூன்று வென்றிகள் (வெற்றிகள்) கூறப்படுகின்றன.

யாழ் வென்றி

யாழ் வென்றி என்பது யாழில் ஏழிசையையும் அமைத்துத் திறம்பட வாசித்து வெற்றியடைவது. பண்டைக்காலத்திலே யாழ் என்னும் இசைக் கருவி தமிழ் நாட்டிலே சிறப்பாக வழங்கி வந்தது. இப்போது யாழ் மறைந்து விட்டது. அதற்குப் பதிலாக வீணை என்னும் கருவி வழங்குகிறது. யாழ் வென்றியைப் பற்றிப் பெருந்திணைப் படலத்தில் கூறுவது வருமாறு:

> "பாலை படுமலை பண்ணி யதன்கூட்டங்
> கோலஞ்செய் சீறியாழ் கொண்டபின்-வேலைச்
> சுவையெலாந் தோன்ற வெழீஇயினாள் சூழ்ந்த
> வவையெலா மாக்கி யணங்கு"

இதன் பொருள்: படுமலைப் பாலையையும் அல்லாத பாலை களையும் ஆக்கி அழகு செய்த சிறிய யாழைத் தன்கையிலே கொண்ட பின்பு, முன்பு சொன்ன திரிபாலைத் திறமெல்லாம் அமுதச் சுவை தோன்ற வாசித்தாள், சுற்றிய அவையிலுள்ளாரையெல்லாம் தன் வசத்தாராக்கி, அணங்கு என்றவாறு. அணங்கு எழீஇனாள் (மாகறலூர் கிழான் சாமுண்டி தேவன் நாயகன் உரை).

பாடல் வென்றி

பாடல் வென்றியைப் பற்றிக்கூறும் செய்யுள்:

> "வண்டுறையுங் கூந்தல் வடிக்கண்ணாள் பாடினாள்
> வெண்டுறையும் செந்துறையும் வேற்றுமையாக் கண்டறியக்
> கின்னரம் போலக் கிளையமைந்த தீந்தொடையாழ்
> அந்நரம்பும் அச்சுவையும் ஆய்ந்து."

இதன் பொருள்: வண்டுதங்கும் கூந்தலினையும் வடுவகிர் போன்ற கண்ணினையும் உடையாள் பாடினாள்: வெண்டுறைப் பாட்டும் செந்துறைப் பாட்டும் வேறுபாடு தோன்ற, அறிவர் மனத்தால் கண்டறியக் கின்னரத்தின் ஓசைபோல, இணை, கிளை, பகை, நட்பு, இனம் என்னும் வகையின் ஐந்தாவதாகிய கிளைத் தொடர்ச்சியமைந்த தித்தித்த கோவையினையுடைய யாழிற் செய்யப்பட்ட அழகிய நரம்பும் மந்தர மத்திம தாரமும் ஆராய்ந்து - என்றவாறு. ஆய்ந்து பாடினாள்" (மாகறலூர் கிழான் சாமுண்டிதேவ நாயகன் உரை).

ஆடல் வென்றி

இசைத் தழிழோடு தொடர்புடையது ஆடல்கலை. இதன் வென்றியையும் பெருந்திணைப் படலம் கூறுகிறது. அச்செய்யுள் இது:

> "கைகால் புருவங்கண் பாணிநடை தூக்குக்
> கொய்பூங் கொம் பன்னாள் குறிக்கொண்டு-பெய்பூப்
> படுகளிவண் டார்ப்பப் பயில்வளைநின் றாடும்
> தொடுகழல் மன்னன் துடி."

இதன் பொருள்: கையாலும், காலாலும், புருவத்தாலும், கண்ணாலும், தாளத்தையும் செலவையும் இசையையும் கொய்யப் பட்ட பூங்கொம்பனாள் கருதிக்கொண்டு சூடிய பூவில் மிக்க களிப்பினையுடைய வண்டு ஆரவாரிப்பச் செறிந்த வளையினை யுடையாள் நின்று ஆடும், கட்டுங் கழல் வேந்தனுக்குத் துடிக் கூத்தை என்றவாறு (மாகறலூர் கிழான் சாமுண்டி தேவநாயகன் உரை).

கலைஞரைப் போற்றல்

பண்டைக் காலத்தில் அரசர்கள், இசைக் கலைஞருக்குப் பட்டங்களும் சிறப்புப் பெயர்களும் வழங்கினார்கள். அன்றியும் நிலபுலங்களையும் நன்கொடையாக வழங்கி ஆதரித்தார்கள்.

இயல், இசை, நாடகம் என்றும் முத்தமிழிலும் வல்லவரான பெரு நம்பி என்பவருக்கு முத்தமிழ் ஆசாரியார் என்னும் சிறப்புப் பெயர்

வழங்கப்பட்டுப் பொய்யாமொழி மங்கலம் என்னும் ஊர் தானமாக வழங்கப்பட்டது (301 of 1909, Ep. Rep. 1910. p.29).

நக்கன் உடைய நாச்சியார் என்னும் பெயருள்ள அம்மையாருக்கு, ஞானசம்பந்தத் தலைக்கோலி என்னும் சிறப்புப் பெயர் வழங்கப்பட்டது (247 of 1932 -33).

ஐயாறப்பர் கோயிலுக்கு வடபக்கம் பெரிய பிராகாரத்தில் இருக்கும் சாசனம் இதைக் கூறுகிறது. இக்கோயிலுக்குப் பழைய பெயர் ஒலோக மாதேவீச்சரம் என்பது. முதலாம் இராசராசன் அரசியரில் ஒருவர் ஒலோக மாதேவியார். இவர் கட்டிய படியால் இக் கோயிலுக்கு இப்பெயர் வாய்த்தது. இக் கோயிலில், ஐயாறன் கலியுகச் சுந்தரத் தலைக்கோலி என்பவள் இருந்தாள். இவள் ஆடல் பாடல்களில் வல்ல முப்பது மாதர்களுக்குத் தலைவியாக இருந்தாள்.

நக்கன் பிள்ளையாள்வி என்பவளுக்கு நானாதேசி தலைக் கோலியார் என்றும், நக்கன் உலகுடையாள் என்பவளுக்கு தேவகள் சுந்தரத் தலைக்கோலியார் என்றும் சிறப்புப் பெயர்கள் வழங்கப் பட்டன என்று சாசனங்கள் கூறுகின்றன (240, 241 of 193233., Epi Rep. 1932-33).

சோழ தலைக்கோலி என்பவரை இன்னொரு சாசனம் குறிப்பிடுகிறது (383 of 1921).

உறவாக்கின தலைக்கோலி என்பவரை இன்னொரு சாசனம் கூறுகிறது (211 of 1912). இவ்வம்மையார், திருவொற்றியூர் இராசராசன் மண்டபத்தில், திரிபுவன சக்கரவர்த்தி இராஜராஜசோழன் (III?) காலத்தில், அவ்வரசன் முன்னிலையில் அகமார்க்கப் பாட்டைப் பாடினார். இதற்காக இவ்வரசன் இவருக்கு 60 வேலி நிலம் தானம் செய்தான். இந்த நிலங்கள் மணலி என்னும் கிராமத்தில் இருந்தன. அன்றியும் இக்கிராமத்துக்கு உறவாக்கின நல்லூர் என்று பெயரிட்டான்.

ஐஞ்ஞூற்றுவத் தலைக்கோலி என்பவர் பெயரை இன்னொரு சாசனம் கூறுகிறது (2215 of 1912).

உய்யவந்தாள் அழகிய சோடி என்னும் பெயருள்ள வீரசேகர நங்கை, திருவிழாக் காலத்தில் ஆடல் நிகழ்த்தியதற்காக ஒருமா நிலம் தானமாக வழங்கப்பட்டதை ஒரு சாசனம் கூறுகிறது (557 of 1916).

திருவொற்றியூர் கோயிலில் தேவரடியார், பதியிலார், இஷபத்தினியார் என்று மூன்றுவகையான மகளிர் இருந்தனர்.

இவர்களில் பதியிலாரும் தேவரடியாரும் சாந்திக் குனிப்பம் என்னும் ஆடல் புரிந்தனர். அப்போது இஷபத்தினியார் அகமார்க்கம் வரிக் கோலம் என்னும் இசைப்பாடல்களைப் பாடினர். இஷபத்தினியார் சாந்திக்குனிப்பம் சொக்கம் என்னும் ஆடல்களை ஆடியபோது, பதியிலார் இசை பாடினார்கள் என்று சாசனம் கூறுகிறது (Epi. Rep 1913 p, 127).

புதுக்கோட்டையில் ஒரு கோயிலில், சித்திரைத் திருவிழாவில் ஒன்பது சாந்திக்கூத்தை ஆடுவதற்காக ஏழுநாட்டு நங்கை என்பவருக்கு நிலம் தானம் செய்யப்பட்டது (253 of 1914).

திருநெல்வேலி மாவட்டம் திருநெல்வேலி தாலுகா வள்ளியூரில் சாந்திக்கூத்தி ஒருவர் இருந்தார். இவர் பெயர் சாந்திக்கூத்தி சொக்கட்டா யாண்டார் என்னும் உலக முழுதுடையாள். இவள் தன் பேர்த்தி ஸ்ரீயப் பிள்ளை என்பவள் உருவத்தை வள்ளியூர் கோயிலில் செய்து வைத்தாள் (364 of 1929-30).

புதுக்கோட்டை பொன்னமராவதி சுந்தரராஜப் பெருமாள் கோயில் சாசனம் ஒன்று, சீரங்க நாயகி என்பவளைப் புகழ்ந்து பாடுகிறது (No. 781 Stone Inscriptions of Pudukkottai state). இவள் நாட்டியக்கலையில் வல்லவள்.

திருந்து தேவன்குடி அருமருந்தீசுவரர் கோயிலில் வீணை வாசித்தவருக்கு நிலம் தானம் கொடுக்கப்பட்டது (47 of 1910., Epi Rep. 1910p. 66).

தென் ஆர்க்காடு மாவட்டம் திருமய்யம் தாலுகா கிடங்கில் என்னும் ஊரில் உள்ள கோயிலில் வீணை வாசித்தவருக்கும் வாய்ப் பாட்டுப் பாடியவருக்கும் நிலம் தானம் செய்யப்பட்டது (141 of 1900., Epi. Rep. 1900. p.9).

காஞ்சீபுரத்துக்கடுத்த ஆர்ப்பாக்கத்து ஆதிகேசவப் பெருமாள் கோயிலில் இசைபாடியும் வாத்தியம் வாசித்தும் இன்னிசை நிகழ்த்தியவர்கள் எழுபேருக்கு உணவுக்காக நிலம் தானம் செய்யப் பட்டது (145 of 1923).

திருக்கடையூர் அமிர்தகடேசுவரர் கோயிலில் வீணை வாசித்த வருக்கும் இசைப்பாட்டுப் பாடியவருக்கும் தானம் வழங்கிய செய்தியை ஒரு சாசனம் கூறுகிறது (54 of 1906).

மாயவரம் திருமணஞ்சேரி கிராமத்தில் உள்ள கோவிலில் குடமுழா வாசித்த ஒருவரை ஒரு சாசனம் கூறுகிறது (17 of 1914).

திருவாவடுதுறைக் கோயிலில், புரட்டாசிமாதத் திருவிழாவில் ஏழு அங்கமுடைய ஆரியக்கூத்து ஆடின குமரன் ஸ்ரீகண்டன் என்பவருக்குக் காந்தளூர் கிராமத்தார் சாக்கைக் காணியாக நிலம் கொடுத்தார்கள் (120 of 1925).

இக்கோயிலில் நானாவித நடனசாலை என்னும் பெயருடைய மண்டபம் ஒன்று இருந்தது.

உடையார் பாளையம் தாலுகா காமரசவல்லி கார்க்கோடக ஈசுவரர் கோவிலில், மார்கழி திருவாதிரை வைகாசித் திருவாதிரைகளில் மும்மூன்று சாக்கைக் கூத்து ஆடுவதற்காக, சாக்கை மாராயன் விக்கிரம சோழன் என்னும் ஆடல் ஆசிரியனுக்கு நிலம் வழங்கப்பட்டது (65 of 1914).

திருநெல்வேலி ஜில்லா திருச்செந்தூர் தாலுகா ஆத்தூர் சோம நாதீசுவரர் கோவிலில் அழகிய பாண்டியன் கூடம் என்னும் ஆடல் மண்டபம் இருந்தது. அதில் ஆடிய சாந்திக் கூத்தனுக்கு நிலம் வழங்கப்பட்டது (439 of 1929-30, 445 of 1929-30).

மிழலைநாட்டு வீரநாராயணபுரத்துக் கயிலாயமுடையார் கோயிலில், சித்திரைத் திருவிழாவின்போது ஐந்து தமிழ்க் கூத்து ஆடுவதற்காக. விக்கிரமாதித்தன் திருமுது குன்றன் என்னும் விருதராஜ பயங்கர ஆசாரியன் என்பவருக்கு நிலம் தானம் செய்யப்பட்டது (90 of 1931-32).

திருக்க ஹூர் திருக்கோயிலில் தலைக்கோல் ஆசானாக (நட்டுவனாக) இருந்த கலாவினோத நிருத்தப் பேரரையன் என்னும் சிறப்புப் பெயர்பெற்ற பாரசிவன் பொன்னன் என்பவருக்கு நட்டுவ நிலையாக நிலம் தானம் செய்யப்பட்டது (255 of 1825).

இலக்கியக் கலை

நுண்கலைகளாகிய அழகுக் கலைகளில் தலைசிறந்தது இலக்கியக் கலை. ஏனென்றால், இலக்கியக் கலை ஏனைய கலைகளைப் போலக் கண்ணால் கண்டும் காதால் கேட்டும் இன்புறத்தக்கதன்று. அறிவினால் உணர்ந்து இன்புறத்தக்கது. இலக்கியக் கலை உரைநடையாகவும் இருக்கலாம், செய்யுளாகவும் இருக்கலாம். பொதுவாகச் செய்யுள் நடையிலேதான் இலக்கிய அழகு மிகுதியும் அமைகிறது என்று கூறுவர்.

இலக்கிய அழகுக் கலையின் இலக்கணம் என்னவென்றால், அதை எத்தனைமுறை படித்தாலும் தெவிட்டாமல் இன்பந் தருவதாக இருக்கவேண்டும். சில இலக்கியங்களை ஒருமுறை படித்தபிறகு மறுமுறை படிப்பதற்கு விருப்பம் இருப்பதில்லை. சில இலக்கியங் களை எத்தனை முறை திருப்பித் திருப்பிப் படித்தாலும் அவை இன்பமும் உணர்ச்சியும் அழகு உள்ளனவாக இருக்கும். இவை தாம் சிறந்த இலக்கிய நுண்கலை எனப்படும்.

இலக்கியத்தில் கூறப்படும் விஷயங்கள் உண்மை, அழகு, இனிமை ஆகிய பண்புகளைக் கொண்டதாக இருந்தால், அவை படிப்போருக்கு உணர்ச்சியையூட்டி மகிழ்ச்சியைத் தரும். அப்படிப்பட்ட இலக்கியங்கள், அவை வசனமாக இருந்தாலும் செய்யுளாக இருந்தாலும், அழகுக் கலைகள் என்று கூறத்தகும்.

பொதுவாகச் செய்யுள் நடையிலே காவியங்கள் இயற்றப்படுவது வழக்கம். காவியங்களிலே பல செய்யுள்கள் அழகுக் கலையுள்ளனவாக அமைந்து விடுகின்றன. நமது தமிழிலே செய்யுள் நடையுள்ள காவியங்களே உள்ளன. அவைகளில் அழகுக் கலை நிரம்பிய செய்யுள்கள் பலவற்றைக் காணலாம்.

காவியப் புலவனும் ஓவியக் கலைஞனும்

சிற்பக் கலைஞனும் ஓவியப் புலவனும், இயற்கையுருவங்களையும் கற்பனாவுருவங்களையும் தமது சிற்பக் கலையிலும் ஓவியக் கலையிலும் அமைத்துக்காட்ட முடியுமாயினும், இலக்கியக் கலைஞனைப் போல, பல கருத்துக்களை ஒருங்கேயமைத்துக்காட்ட அவர்களால் இயலாது. பல கருத்துக்களை ஒருமிக்க அமைத்துக் கூறும் வல்லமை இலக்கியக் கலைஞனுக்கேயுண்டு. இது இலக்கியக் கலையின் இயல்பு. சொல் லோவியனாகிய இலக்கியக் கலைஞன், சிற்பக் கலையிலும் ஓவியக் கலையிலும் காட்டமுடியாத நுட்பங்களையெல்லாம் தன்னுடைய

சொல்லோவியத்திலே அமைத்துக் காட்டவல்லனாயிருக்கிறான். இலக்கியக் கலைஞன் சொற்களைக் கையாள்வதில் திறமையும் ஆற்றலும் உள்ளவனாய், கற்பனாசக்தியும் உள்ளவனாக இருந்தால், அவன் தனது இலக்கியத்திலே உண்மையையும் அழகையும் இனிமையையும் அமைத்துப் படிப்போர் மனத்தை மகிழச் செய்கிறான். இதனால்தான் இலக்கியக் கலை, அழகுக் கலைகளில் சிறந்த நுண்கலை என்று கூறப்படுகிறது.

சில சான்றுகள் : சிந்தாமணி

இதனைச் சான்று காட்டி விளக்குவோம். வயலிலே நெற்பயிர் செழிப்பாக வளர்கிறது. வளர்ந்து கருக்கொண்டு விளங்குகிறது. பின்னர், கதிர் வெளிப்பட்டுத் தலை நிமிர்ந்து நிற்கிறது. மணி முற்றிய பிறகு கதிர் சாய்ந்து தலை வணங்கிக் கிடக்கிறது. இந்தக் காட்சியைக் காவியப் புலவரும் இலக்கியக் கலைஞரும் ஆன திருத்தக்க தேவர் காண்கிறார். அக் காட்சியைத் தொடர்ந்து அவர் உள்ளத்திலே சில உண்மைகள் தோன்றுகின்றன. தமக்குத் தோன்றிய அந்த உண்மை களை யமைத்து நெல்வயலைப் பற்றி ஒரு சொல்லோவியம் தீட்டுகிறார். அச்செய்யுள் இது:

"சொல்லருஞ் சூற்பசும் பாம்பின் தோற்றம்போல்
மெல்லவே கருவிருந் தீன்று, மேலலார்
செல்வமே போல் தலைநிறுவித், தேர்ந்தநூல்
கல்விசேர் மாந்தரின் இறைஞ்சிக் காய்த்தவே."

(சிந்தாமணி, நாமகள் 24.)

கருக்கொண்ட நெற்பயிர் சூல்கொண்ட பாம்பின் தோற்றம் போலக் காணப்பட்டது. கதிர்கள் வெளிப்பட்டுத் தலை நிமிர்ந்து நிற்பது, கீழ் மக்களுக்குச் செல்வம் வந்தால் அவர்கள் இறுமாப்புடன் இருப்பதுபோலக் காணப்பட்டது. முற்றிய கதிர்கள் சாய்ந்து தலை வணங்கியிருப்பது, கற்றறிந்த அறிஞர் அடக்கமாயிருப்பது போலக் காணப்பட்டது என்று நெற்பயிரில் தான்கண்ட உண்மைப் பொருளை நயம்படக் கூறுகிறார். இக் கருத்துக்களையெல்லாம் ஓவியப் புலவனும், சிற்பக் கலைஞனும் தமது சித்திரத்திலும், சிற்பத்திலும் காட்ட முடியாது.

சூளாமணி

இனி, சூளாமணிக் காவியம் இயற்றிய தோலாமொழித் தேவரின், ஒரு செய்யுளைக் காட்டுவோம். மாலை நேரத்திலே அகன்ற வானத்திலே வெண்ணிலா, பாலைப் பொழிவது போல நிலவைப் பொழிந்து

கொண்டிருக்கிறது. நிலவைப் பருகுவதுபோல ஆம்பல் மலர்கள் மலர்ந்து மகிழ்கின்றன. ஆனால், அதே குளத்தில் இருக்கும் தாமரைப் பூக்கள், தம் இயல்புப்படி மாலை நேரமானவுடன் இதழ்களைக் குவித்து மூடிக் கொள்கின்றன. இது, நிலவைக் கண்டு முகம் சுளிக்கும் காட்சிபோல் தோலாமொழித் தேவருக்குத் தோன்றுகிறது. அப்போது அவர் உள்ளத்திலே உலகியல் உண்மையொன்று உதிக்கிறது. உலகத்திலே நல்லவரைக் கண்டு மகிழ்பவரும் இருக்கிறார்கள்; அந் நல்லவரைக்கண்டு முகங்கடுக்கிறவர்களும் இருக்கிறார்கள். எல்லோருக்கும் ஒருமிக்க நல்லவராக இருப்பவர் உலகத்தில் இலர் என்னும் உண்மை அவர் கருத்தில் தோன்றுகிறது. அக் கருத்தை அவர் சொல்லோவியமாகத் தீட்டுகிறார்.

"அங்கொளி விசும்பிற் றோன்றும்
அந்திவான் அகட்டுக் கொண்ட
திங்களங் குழவிப் பால்வாய்த்
தீங்கதிர் அமுதம் மாந்தித்
தங்கொளி விரிந்த ஆம்பல்,
தாமரை குவிந்த ஆங்கே
எங்குளார் உலகில் யார்க்கும்
ஒருவராய் இனிய நீரார்." (சூளாமணி. கலியாணச் சருக்கம் 205.)

உலகியல் உண்மை ஒன்றையும் இயற்கைக் காட்சி ஒன்றையும் அமைத்து இலக்கியக் கலைஞன் அழகும், இனிமையும், உண்மையும் தோன்ற அதை இச்சொல்லோவியம் போன்று, சிற்பக் கலைஞனும், ஓவியக் கலைஞனும் சிற்பமும் ஓவியமும் அமைத்துக் காட்டமுடியாது. அவர்கள், ஆகாயத்திலே வெண்ணிலாயிருப்பதையும், குளத்திலே ஆம்பல் மலர்ந்து தாமரை கூம்புவதையும், அழகாகக் காட்டமுடியும். ஆனால், "எங்குளார் உலகில் யார்க்கும் ஒருவராய் இனிய நீரார்" என்னும் உண்மையை எவ்வாறு காட்டமுடியும்? இவ்வாறு காட்டுவது இலக்கியக் கலைஞராலேதான் முடியும்.

தேவாரம்

திருநாவுக்கரசு சுவாமிகள், கடவுளுடைய கருணை (திருவடி நிழல்) எதைப்போல இருந்தது என்பதை விளக்குகிறார். இனிய இளவேனிற்காலம்; சூரியன் மறைந்த மாலை நேரம்; வானத்திலே வெண்ணிலா தோன்றி பால்போல நிலவைப் பொழிகிறது. இந்தக் குளிர்ந்த நேரத்தில் தாமரைக் குளத்தின் அருகிலே அமர்ந்திருக் கிறோம். தென்றல் காற்றுத் தவழ்ந்து வந்து மெல்லென வீசுகிறது. பசுமையான இலைகளுக்கிடையே பூத்துள்ள செந்தாமரை,

வெண்டாமரை மலர்களின்மேல் ரீங்காரம் செய்த வண்ணம் வண்டுகள் பறந்து விளையாடுகின்றன. வீணை வாசிக்கும் இனிய இசை, சுவையுள்ள அமுதம்போல செவியில் புகுந்து மனதிற்கு மகிழ்ச்சியைத் தருகிறது.

இளவேனில், மாலைநேரம், தாமரைக்குளம், தென்றல் காற்று, நிலா வெளிச்சம், வீணை நாதம் இவ்வளவும் ஒன்று சேர்ந்தால் எப்படியிருக்குமோ அதுபோல இறைவனுடைய இன்னருள் இருந்தது என்று கூறிச் சிறு பாடலில் சொல்லோவியம் அமைத்துக் காட்டுகிறார் நாவுக்கரசர்.

மாசில் வீணையும் மாலை மதியமும்
வீசு தென்றலும் வீங்கிள வேனிலும்
மூசு வண்டறை பொய்கையும் போன்றதே
ஈசன் எந்தை இணையடி நீழலே.

என்பது அப்பாடல்.

இவ்வாறு, இலக்கியக் கலையில் அமைத்துக்காட்டப்பட்ட இக்கருத்தைச் சிற்பக் கலைஞனோ ஓவியப் புலவனோ தமது சிற்ப ஓவியக் கலைகளில் அமைத்துக்காட்ட இயலாது. இலக்கியக் கலைஞனால்தான் அமைத்துக் காட்ட முடியும்.

இராமாயணம்

கம்பனுடைய செய்யுள் ஒன்றைப் பார்ப்போம். கோதாவரி ஆற்றை இராமனும், இலக்குமணனும் காண்கிறார்கள். அந்த ஆறு, சிறந்த கவிஞருடைய செய்யுள்போல, அகலமும், ஆழமும், அழகும் தெளிவும், இன்பமும் உள்ளதாகக் காணப்பட்டது என்று கூறுகிறார் கம்பர்.

"புவியினுக் கணியா யான்ற
பொருள்தந்து புலத்திற்றாகி
அவியகத் துறைகள் தாங்கி
ஐந்திணை நெறியளாவிச்
சவியுறத் தெளிந்து தண்ணென்
றொழுக்கமும் தழுவிச்சான்றோர்
கவியெனக் கிடந்த கோதா
வரியினை வீரர் கண்டார்."

ஆற்று நீரையும், கவிஞன் கவியையும் ஒப்பிட்டுச் சொல்லோ வியமாகத் தீட்டிய இக் கம்ப சித்திரத்தை, ஓவியப் புலவரும் சிற்பக் கலைஞரும் எவ்வாறு தமது தமது கலைகளில் காட்ட முடியும்?

காட்டமுடியாது. காவியக் கலையை மனத்தில் சிந்தித்து அறிவுக் கண்கொண்டு காண வேண்டியிருப்பதனாலே, காவியக் கலை அழகுக் கலைகளில் நுட்பமானது என்று கூறப்படுகிறது.

தமிழர் தொன்றுதொட்டு இலக்கியக் கலையை வளர்த்திருக் கிறார்கள். திராவிடக் குழுவினரில் மிகப் பழைய இலக்கியங்களைக் கொண்டிருப்பவர் தமிழரே. தமிழ் இலக்கியங்களை மூன்று பிரிவுகளாகப் பிரிக்கலாம். அவை: 1. சங்ககால இலக்கியங்கள். 2. இடைக்கால இலக்கியங்கள். 3. பிற்கால இலக்கியங்கள் என்பன.

சங்க கால இலக்கியம்

சங்கால இலக்கியங்கள் கி.பி. 300க்கு முற்பட்ட காலத்திலே இயற்றப்பட்டவை. அவை அகநானூறு, புறநானூறு, நற்றிணை, நானூறு, குறுந்தொகை நானூறு, ஐங்குறு நூறு, கலித்தொகை, பதிற்றுப்பத்து, பத்துப் பாட்டு முதலியவை. இவை அகப்பொருளாகிய காதலைப் பற்றியும், புறப்பொருளாகிய வீரத்தைப் பற்றியும் பேசுகின்றன, சிலப்பதிகாரம், மணிமேகலை என்னும் இரண்டு காவியங்களும் சங்ககாலத்திலே இயற்றப்பட்டவை. பெருங்கதையும் அக்காலத்ததே. பெருங்கதையின் முற்பகுதியும் பிற்பகுதியும் மறைந்துவிட்டன. சங்ககாலத்துப் பாரதமும், இராமாயணமும் முழுவதும் மறைந்துவிட்டன. பதினெண் கீழ்க்கணக்கில் ஒன்றெனப் பிற்காலத்தவரால் சேர்க்கப்பட்ட திருக்குறள் சங்க காலத்தில் இயற்றப்பட்டதாகும்.

இடைக்கால இலக்கியம்

இடைக்கால இலக்கியங்கள் என்று நாம் பிரித்துக் கூறியது, கி.பி. 300க்கும் 15-ஆம் நூற்றாண்டுக்கும் இடைப்பட்ட காலத்தையாகும். இக்காலத்தில் உண்டான இலக்கிய நூல்கள் மிகப் பல. பதினெண் கீழ்க்கணக்குகளில் சிலவும், தேவாரம், திருவாசகம், நாலாயிர திவ்வியப் பிரபந்தம் முதலிய பக்திப் பாடல்களும், சிந்தாமணி, சூளாமணி, குண்டலகேசி, வளையாபதி, பாரத வெண்பா, கம்பராமாயணம், பெரியபுராணம், திருவிளையாடற்புராணம் முதலிய இனிய காவியங்களும், ஆதியுலா முதலிய உலாக்கள், திருவாரூர் மும்மணிக் கோவை முதலிய மும்மணிக் கோவைகள், பொன்வண்ணத்தந்தாதி முதலிய அந்தாதிகள், நந்திக்கலம்பகம் முதலிய கலம்பகங்கள், கலிங்கத்துப்பரணி முதலிய பரணிகள், முத்தொள்ளாயிரம், நான்மணிமாலை முதலிய பிரபந்த நூல்கள் முதலிய இலக்கியங்கள் ஏராளமாகத் தோன்றின. இந்நூல்களின் பட்டியலைக் கூறுவதென்றால் இடம் விரியும்.

பிற்கால இலக்கியம்

பிற்கால இலக்கியங்கள் என்று கூறியது கி.பி. 15-ஆம் நூற்றாண்டுக்குப் பிறகு உண்டான இலக்கியங்களை. இக்காலத்தில் காகிதம், பேனா முதலிய எழுது கருவிகள் தோன்றி ஓலைச் சுவடிகளும் எழுத்தாணிகளும் மறையத் தொடங்கின. அச்சு யந்திரங்கள் ஏற்பட்டு அச்சுப் புத்தகங்களும் தோன்றலாயின. இக்காலத்தில்தான் இலக்கியங்கள் பெருகிவரத் தொடங்கின. மொழிபெயர்ப்பு நூல்களும் அதிகமாகத் தோன்றின. சிந்து, பள்ளு, குறவஞ்சி, நொண்டி, காதல் முதலிய பிற்காலத்துப் பிரபந்த நூல்களும் ஸ்தல புராணங்களும் தேம்பாவணி, இரட்சணிய யாத்திரிகம், சீறாப்புராணம் முதலிய கிறிஸ்துவ இஸ்லாமிய நூல்களும், பிரதாப முதலியார் சரித்திரம், கமலாம்பாள் சரித்திரம் முதலிய நாவல் என்னும் நவீன இலக்கியங்களும் ஏராளமாகத் தோன்றின.

முற்காலத்தில் தமிழில் ஐம்பெருங் காவியங்கள் இருந்தன, அவை சிந்தாமணி, சிலப்பதிகாரம், மணிமேகலை, குண்டலகேசி, வளையாபதி என்பன. இவற்றில் குண்டலகேசியும், வளையாபதியும் இப்போது மறைந்துவிட்டன.

இப்போது தமிழில் சிறந்த காவியங்களாகக் கருதப்படுபவை, சிலப்பதிகாரம், மணிமேகலை, சீவகசிந்தாமணி, பெருங்கதை, சூளாமணி, கம்பராமாயணம், நைடதம், நளவெண்பா முதலியவை. இவற்றுடன் பெரியபுராணம், திருவிளையாடற் புராணம், கந்தபுராணம் ஆகியவற்றையும் கூறலாம். தமிழ்மொழிக் காவியவளம் நிறைந்த சிறந்த மொழி. இதில் உள்ள காவியக்கலைகளையெல்லாம் இங்கு எழுதிக் காட்ட முடியாது. இது இடமும் அல்ல. காவியச் சுவையுள்ள அறிஞர் அவற்றைத் தாமே கண்டு உண்டு சுவைப்பாராக.

காரிகை கற்றுக் கவிபாடலாம். ஆனால், கவியிலே உண்மையும், அழகும், இனிமையும் அமையப் பாடுவது அரிது. காவியங்களையும் இயற்றலாம். ஆனால், அதில் நகை, அழுகை, இளிவரல், மருட்கை, அச்சம், பெருமிதம், வெகுளி, உவகை என்றும் எட்டுவகையான சுவைகளையும் அமைத்துக் காவியம் அமைப்பது அரிது. இவையெல்லாம் பொருந்த அமையுமானால் அதுவே இலக்கிய நுண்கலை என்று போற்றப்படும். காவியக் கலையைப் போற்றி வளர்ப்பது நாகரிகம் பெற்ற மக்களின் கடமையாகும்.

நாடகக் கலை

இலக்கியக்கலை (காவியக்கலை)யுடன் தொடர்புடையது நாடகக் கலை என்று முன்னரே கூறினோம். காவியப்புலவன், காவியத்தில் வருகிற உறுப்பினர்களின் இயல்புக்குத் தக்கவாறு அவர்களின் நடையுடை பாவனைகளைக் கூறுவது போலவே, நாடக ஆசிரியன், நாடகப் பாத்திரங்களின் இயல்புக்குத் தகுந்தபடி பேச்சுகளையும் அச்சம், வீரம், பெருமிதம், வெகுளி, வியப்பு முதலிய சுவைகளையும் அமைக்கிறான். ஆகவே காவியத்தின் தொடர்புடையதே நாடகம் ஆகும்.

நாடகம் என்றால் என்ன? நாடகம் என்பது ஒருவன் செய்ததனை ஒருவன் வாங்கிக்கொண்டு பின்னர் அதனைச் செய்துகாட்டுவது. இதனால் நாடகம் என்று பெயர் பெற்றது; அதாவது நடித்தல் என்று பெயர் கூறப்பட்டது.

நாடக நூல்கள்

நாடகக் கலை தமிழ்நாட்டிலே மிகப் பழைய காலத்திலிருந்து வளர்க்கப்பட்டது. இயற்றமிழ், இசைத்தமிழ், நாடகத்தமிழ் என்று கூறப்படும் முத்தமிழில் நாடகத் தமிழும் ஒன்றாகக் கூறப்படுவதனால் இதனையறியலாம். அப்படியானால் தமிழில் பல நாடக நூல்கள் இருந்திருக்க வேண்டும். இப்போது பழைய நாடக நூல்கள் தமிழில் இல்லை. ஆனால், நாடகத்திற்கு உரிய இலக்கணங்கள், அதாவது நாடகங்கள் எப்படி எப்படி எல்லாம் அமைக்கப்பட வேண்டும் என்பதைப் பற்றிக் கூறும் இலக்கணச் சூத்திரங்கள், தமிழில் உள்ளன.

நாடகம் எழுதுவதற்கும், நாடகம் அமைப்பதற்கும் இலக்கணம் இருக்கும்போது, நாடக இலக்கியமும் இருந்திருக்க வேண்டும் அல்லவா? நாடக இலக்கியங்கள் (நாடகங்கள்) இல்லாமல் நாடக இலக்கணம் உண்டாகாதல்லவா? ஆகவே, நாடக நூல்கள் இருந்திருக்க வேண்டும்.

நாடக நூல்கள் ஏன் மறைந்தன?

அப்படியானால் அந்த நாடகங்களில் ஒன்றேனும் ஏன் இப்போது இல்லை? என்று கேட்கலாம். நாடகம் நடிப்பதற்கென்று கூத்தர் என்பவர் இருந்தனர். இவர்கள், தாம் நடிக்க எண்ணி நாடகத்தை

எழுதிக் கொண்டு நடிப்பர். அவர்கள் கையாண்ட நாடக நூல்கள் அவரிடமே இருந்தன. பொதுமக்கள் படிக்கும்படி நாடக நூல்கள் வெளியிட்டதாகத் தெரியவில்லை. பொது மக்கள் பண்டைக்காலத்தில் நாடகம் கண்டு மகிழ்ந்தார்களே தவிர நாடக நூலைப் படித்து மகிழ்ந்ததாகத் தெரியவில்லை. நாடகம் நடிப்போர் மட்டும் தாங்கள் நடிப்பதற்காக நாடக நூல்களைக் கையாண்டார்கள்.

சேர, சோழ பாண்டியர்களும், சிற்றரசர்களும் மறைந்து அரசியல் தலைகீழாக மாறிப்போன பிற்காலத்திலே, கூத்தர்கள் ஆகிய நடிகர்களைப் போற்றுவார் இல்லாமற் போயினர். ஆகவே கூத்தரும் அவர்களிடமிருந்த நாடக நூல்களும் மறைந்தன. இதுவே தமிழில் நாடக நூல்கள் காணப்படாமைக்குக் காரணமாகும்.

நாடக இலக்கணம்

பொது மக்கள் படிப்பதற்கென்று நாடக நூல்கள் பண்டைக் காலத்தில் இருந்திருந்தால், அவற்றின் பெயர்களையும் அந்நூல்களின் சில பகுதிகளையும் உரையாசிரியர்கள் தமது உரைகளில் கூறியிருப் பார்கள். அவ்வாறு கூறாதபடியினாலே, பொதுமக்கள் படிப்பதற் கென்று அக்காலத்தில் நாடக நூல்கள் எழுதப்படவில்லை என்பதும், பொது மக்கள் நாடகத்தை மட்டும் கண்டு மகிழ்ந்தனர் என்பதும், நாடகம் நடிப்போர் தாங்கள் நடிக்கும் நாடகங்களின் அமைப்பை மட்டும் அவ்வப்போது எழுதிப் பயின்று வந்தனர் என்பதும் தெரிகின்றன. கூத்தராகிய நடிகர்களின் உதவிக்காக, அவர்கள் நாடகத்தை எப்படியெல்லாம் அமைக்கவேண்டும் என்னும் முறை களை அமைத்து நாடக இலக்கண நூல்கள் அக்காலத்தில் எழுதப் பட்டிருந்தன. அப்படி இயற்றப்பட்ட நாடக இலக்கணச் சூத்திரங்கள் இப்போதும் நமக்குப் போதிய அளவு கிடைத்துள்ளன. இந்த நாடக இலக்கணத்தைப் பின்பற்றிப் பண்டைக்காலத்து நடிகர்கள் கதைகளை நாடகமாக அமைத்துக் கொண்டதுபோல, நாமும் இப்போது சிறந்த நாடக நூல்களை அமைத்துக்கொள்ளலாம். அவ்வளவுக்குப் போதுமான நாடக இலக்கணச் சூத்திரங்கள் நமக்குக் கிடைத்துள்ளன.

நாடக இலக்கண நூல்கள் முழு நூலாக நமக்குக் கிடைக்க வில்லை. அந்நூல் சூத்திரங்கள் சிலவற்றை உரையாசிரியர்கள் தமது உரைகளிலே மேற்கோள் காட்டியிருக்கிறார்கள். அன்றியும், தொல்காப்பியப் பொருளதிகாரத்திலே மெய்ப்பாட்டியலில் இதைப் பற்றிச் சில சூத்திரங்களும் காணப்படுகின்றன. இவற்றின் உதவியைக்

கொண்டு நமக்கு வேண்டிய கதைகளை நாடகமாக அமைத்துக் கொள்ள முடியும்.

நாடக இலக்கண நூல்கள்

மதிவாணனார் என்பவர் எழுதிய நாடகத் தமிழ் என்னும் நூலும் செயிற்றியனார் என்பவர் இயற்றிய செயிற்றியம் என்னும் நூலும் நாடக இலக்கணங்களைக் கூறுகிற நூல்கள். செயன்முறை என்னும் நூலும் இருந்தது. இந்நூல்கள் கடைச்சங்க காலத்துக்குப் பிறகு (கி.பி. 300க்குப் பிறகு) உண்டானவை. இவை, சங்ககாலத்து நாடகத் தமிழ் நூல்களைப் பின்பற்றி எழுதப்பட்டன. இந்த நூல்களிலிருந்துதான் நாடக இலக்கணச் சூத்திரங்களை உரையாசிரியர்கள் மேற்கோள் காட்டு கிறார்கள். இவைகளின் உதவியினாலே நாடகநூல் எழுதவேண்டிய முறைகளையும், நடிகரின் நடிப்பு, அந் நடிப்பில் காட்டவேண்டிய சுவை, குறிப்பு முதலியவைகளைப் பற்றியும் நாம் அறிந்துகொள்ள முடிகிறது.

யோனியும் விருத்தியும்

நாடகக் கதையை நான்கு விதமாக அமைக்கலாம். அவை: 1. உள்ளோன் தலைவனாக உள்ளதோர் பொருள்மேல் நாடகக் கதை எழுவது. 2. இல்லோன் தலைவனாக (கற்பனா பாத்திரமாக) இல்லதோர் பொருள்மேல் நாடகக் கதை எழுதுவது. 3. உள்ளோன் தலைவனாக இல்லதோர் பொருள்மேல் நாடகம் எழுதுவது. 4. இல்லோன் தலைவனாக உள்ளதோர் பொருள்மேல் எழுதுவது. இவ்வாறு பிரிப்பதற்கு யோனி என்று பெயர் கூறுவர்.

"உள்ளோர்க் குள்ளதும் இல்லோர்க் குள்ளதும்
உள்ளோர்க் கில்லதும் இல்லோர்க் கில்லதும்
எள்ளா துரைத்தல் யோனியாகும்"

(சிலம்பு: 3: 12-ஆம் அடி. அடியார்க்கு நல்லார் உரை மேற்கோள்.) என்பது சூத்திரம்.

இவ்வாறு நாடகம் அமைக்கும்போது, தெய்வங்களையும் முனிவர்களையும் நாடகத் தலைவராக அமைப்பது சாத்துவதி என்று கூறப்படும். அறத்தை (ஒழுக்கத்தை)க் கூறுவது இதன் கருத்தாகும்.

வீரர்களை நாடகத் தலைவராக்கி நாடகம் அமைப்பது ஆரபடி என்று பெயர்பெறும். புறப்பொருளை (வீரத்தை) விளக்குவது இதன் நோக்கமாகும்.

காதலன் காதலி இவர்களைத் தலைவராக நாடகம் அமைப்பது கைசிகி என்று பெயர்பெறும். இது, அகப்பொருளை (காதலை) விளக்குவதாகும்.

கூத்தன் தலைவனாக நடன் நடி இவர்களை நாடகம் ஆட அமைப்பது பாரதி என்று பெயர்பெறும்.

இந்த நான்கு அமைப்புக்கும் விருத்தி என்பது பெயர்.

நாடகத்தின் சந்தி

இனி, நாடகத்தைப் பிரிக்கவேண்டிய பிரிவுகளைக் கூறுவோம். இது நாடகத்தின் இன்றியமையாத பகுப்பு ஆகும். நாடகக் கதையைப் பிரித்து அமைக்கும் பிரிவுக்குச் சந்தி என்பது பெயர். சந்தியை வடமொழியாளர் அங்கம் என்றும் ஆங்கில மொழியினர் ஆக்ட் (Act) என்றும் கூறுவர், சந்தி ஐந்து ஆகும். அதாவது நாடகக் கதையை ஐந்து சந்தியாகப் பிரிக்க வேண்டும். ஐந்து சந்திகளின் பெயர்களாவன:-

1. முகம். 2. பயிர் முகம். 3. கருப்பம். 4 விளைவு. 5. துய்த்தல் என்பன. இவற்றை விளக்குவோம்.

1. முகம் என்பது, உழுது எருவிட்டு அமைத்த நிலத்தில் விதைக்கப் பட்ட விதை முளையாகத் தோன்றுவது போல, நாடகக் கதையின் போக்கு தோன்ற அமைப்பது. இது முகம் என்னும் முதல் சந்தியாகும்.

2. பயிர் முகம் என்பது, முளைத்த நாற்றானது இலைவிட்டு வளர்வது போன்று நாடகக் கதை வளர்வது. இது பிரதிமுகம் என்னும் இரண்டாவது சந்தி, பிரதிமுகம் என்று அடியார்க்கு நல்லார் கூறுவதை பயிர் முகம் என்று வீரசோழிய உரையாசிரியர் பெருந்தேவனார் கூறுகிறார் (பொருளதிகாரம் 21-ஆம் கலித்துறை உரை).

3. கருப்பம் என்பது, வளர்ந்த பயிர் கருக்கொண்டு கதிர் விடுவது போல, நாடகக் கதையின் கருத்துத் தோன்றும்படி அமைப்பது. இது கருப்பம் என்னும் மூன்றாம் சந்தி.

4. விளைவு என்பது, கதிர் திரண்டு முற்றி மணியாகி அறுவடைக்கு ஆயத்தமாக இருப்பதுபோல, நாடகப் பொருள் நன்கு விளங்க அமைப்பது. இது விளைவு என்னும் நான்காம் சந்தி. விளைவு என்று அடியார்க்கு நல்லார் கூறுவதை விமரிசனம் அல்லது வைரிமுகம் என்று பெருந்தேவனார் கூறுகிறார் (வீரசோழியம் 21-ம் கலித்துறை உரை).

5. துய்த்தல் என்பது, முற்றிவிளைந்த கதிர்களை அறுத்துப் போர் அடித்து மணியாகப் பிரித்துக் கொண்டு போய் உண்டு மகிழ்வது போல, நாடகக் கதையின் முழுக்கருத்தும் தோன்ற அமைப்பது. இது துய்த்தல் என்னும் ஐந்தாம் சந்தி. துய்த்தல் என்று அடியார்க்கு நல்லார் கூறுகிற இச்சந்தியைப் பெருந்தேவனார் நிருவாணம் என்று கூறுகிறார் (வீரசோழியம் பொருளதிகாரம் 21-ஆம் கலித்துறை உரை).

இவ்வாறு ஐந்து சந்திகளாக நாடகக் கதை அமையவேண்டும் என்று நாடகத் தமிழ் இலக்கண நூல்கள் கூறுகின்றன. பல நாடக நூல்களை எழுதி உலகப் புகழ் பெற்றவர் ஷேக்ஸ்பியர் என்னும் ஆங்கில நாடகப் பேராசிரியர். இவர் எழுதிய அழியாப் புகழ்பெற்ற நாடக நூல்கள், உலகமெங்கும் போற்றிப் புகழப்படுகின்றன. அவர் எழுதிய நாடக நூல்களில் பெரும்பாலன ஐந்து சந்திகளை (ஐந்து ஆக்டுகளை)க் கொண்டதாக இருக்கின்றன. (வெகு சில நாடகங்கள் மட்டும் ஏழு ஆக்டுகளைக் கொண்டிருக்கின்றன.) எனவே, தமிழ் நாடக இலக்கண அமைதிக்கு ஒத்ததாகவே ஷேக்ஸ்பியர் நாடகங்களில் பெரும்பான்மையும் அமைந்திருக்கின்றன.

ஒன்பது வகைச் சுவை

சுவைகள் நாடகத்திற்கு இன்றியமையாதவை. ஆகவே சுவையைப் பற்றிக் கூறவேண்டும். தமிழ் நாடக இலக்கண நூல்களிலே சுவைகளைப் பற்றியும் கூறப்பட்டுள்ளன. வீரம், அச்சம், இழிப்பு, வியப்பு, காமம், அவலம், உருத்திரம், நகை, நடுவுநிலைமை எனச் சுவைகள் ஒன்பது வகைப்படும். இந்த ஒன்பது சுவைகளையும் அந்தந்தப் பாத்திரங்களில் அமைத்து நாடக நூலாசிரியன் (ஏன்? காவியப் புலவனுங்கூட) எழுதவேண்டும். நாடகம் நடிப்போரும் அந்தந்த நடிப்புக்கேற்றவாறு அந்தந்தச் சுவைகள் தோன்றும்படி நடிக்கவேண்டும்.

இனி, இந்த ஒன்பது சுவைகளையும் விளக்குவோம்.

1. வீரம் என்பது, மாற்றாரை (பகைவரை)க் குறித்து நிகழ்வது.
2. அச்சம் என்பது, அஞ்சத்தகுவன கண்டவழி நிகழ்வது.
3. இழிப்பு என்பது, இழிக்கத்தக்கன கண்வழி நிகழ்வது.
4. வியப்பு என்பது, வியக்கத்தக்கன கண்டுழி நிகழ்வது, வியப்பு எனினும் அற்புதம் எனினும் ஒக்கும்.
5. காமம் என்பது, இன்ப நிகழ்ச்சியான் நிகழ்வது காமம் எனினும் சிங்காரம் எனினும் ஒக்கும்.

6. அவலம் என்பது, இழிவு பற்றிப் பிறப்பது, அவலம் எனினும் கருணை எனினும் ஒக்கும்.

7. உருத்திரம் என்பது, அவமதிப்பாற் பிறப்பது உருத்திரம் எனினும், வெகுளி எனினும் ஒக்கும்.

8. நகை என்பது, இகழ்ச்சி முதலாயினவற்றாற் பிறப்பது.

9. நடுவுநிலை என்பது யாதொன்றாலும் விகாரப் படாமை. "நடுவுநிலை எனினும் மத்திமம் எனினும் சாந்தம் எனினும் ஒக்கும்" (தொல்.பொருள்.மெய்ப்பாடு, 1-ஆம் சூத்திரம் இளம்பூரணர் உரை).

சுவையை மெய்ப்பாடு என்றுங் கூறுவர். மெய்யின்கண் (உடம்பில்) தோன்றுதலின் மெய்ப்பாடு எனப் பெயர்பெற்றது. இந்த ஒன்பது மெய்ப்பாடு (சுவை)களில் நடுவுநிலை என்னும் சுவையை நீக்கி எட்டு மெய்ப்பாடுகளை மட்டும் தொல்காப்பியர் கூறுகிறார்.

"நகையே யழுகை யிளிவரன் மருட்கை
அச்சம் பெருமிதம் வெகுளி யுவகையென்
றப்பா லெட்டாம் மெய்ப்பா டென்ப."

என்பது சூத்திரம் (தொல் : பொருள்: மெய்ப்பாடு: 3-ஆம் சூத்திரம்)

எட்டுவகை மெய்ப்பாடு (சுவை)களையும் அவை தோன்றும் காரணங்களையும் தொல்காப்பியர் விளக்குகிறார், அவற்றைக் காட்டுவோம்.

1. வீரம் அல்லது பெருமிதம்

"கல்வி தறுகண் புகழ்மை கொடையெனச்
சொல்லப் பட்ட பெருமித நான்கே."

"இச் சூத்திரத்துள் வீரத்தினைப் பெருமிதமென் றெண்ணினான்; என்னை? எல்லாரோடும் ஒப்ப நில்லாது பேரெல்லையாக நிற்றல் பெருமிதமெனப்படும் என்றற் கென்பது" (பேராசிரியர் என்னும் உரையாசிரியர் கூறும் விளக்கம் இது).

2. அச்சம்

"அணங்கே விலங்கே கள்வர்தம் மிறையெனப்
பிணங்கல் சாலா அச்சம் நான்கே."

3. இழிப்பு

"மூப்பே பிணியே வருத்தம் மென்மையொடு
யாப்புற வந்த இளிவரல் நான்கே."

4. வியப்பு

"புதுமை பெருமை சிறுமை யாக்கமொடு
மதிமை சாலா மருட்கை நான்கே."

5. காமம் அல்லது உவகை

"செல்வம் புலனே புணர்வு விளையாட்டென்
றல்லல் நீத்த உவகை நான்கே."

6. அவலம் அல்லது அழுகை

"இளிவே யிழவே யசைவே வறுமையென
விளிவில் கொள்கை யழுகை நான்கே."

"இளிவு என்பது பிறரான் இகழப்பட்டு எளியனாதல். இழவென்பது தந்தையுந் தாயு முதலாகிய சுற்றத்தாரையும் இன்பம் பயக்கும் நுகர்ச்சி முதலியவற்றையும் இழத்தல். அசைவு என்பது பண்டை நிலைமை கெட்டு வேறொருவராகி வருந்துதல். வறுமை என்பது போகந் துய்க்கப்பெறாத பற்றுள்ளம். இவை நான்குந் தன்கண் தோன்றினும் பிறன் கண் தோன்றினும் அவலமாமென்பது" (பேராசிரியர் விளக்கம்).

7. வெகுளி அல்லது உருத்திரம்

"உறுப்பறை குடிகோள் அலைகொலை யென்ற
வெறுப்பின் வந்த வெகுளி நான்கே."

"உறுப்பறை யென்பது, கை குறைத்தலுங் கண் குறைத்தலும் முதலாயின. குடிகோள் என்பது, தாரமுஞ் சுற்றமுங் குடிப்பிறப்பும் முதலாயவற்றுள் கேடு சூழ்தல். அலையென்பது கோல்கொண்டலைத்தல் முதலாயின. கொலை யென்பது அறிவும் புகழும் முதலாயினவற்றைக் கொன்றுரைத்தல். இவை நான்கும் பொருளாக வெகுளி பிறக்கும் (பேராசிரியர் விளக்கம்).

8. நகை

"எள்ளல் இளமை பேதைமை மடனென்
றுள்ளப் பட்ட நகைநான் கென்ப."

ஒன்பது வகையான சுவைகளுக்கும் உரிய அவிநயங்களை நாடகத் தமிழிலக்கணத்திலிருந்து சூத்திரங்களை மேற்கோள் காட்டி விளக்குகிறார் அடியார்க்கு நல்லார் (சிலம்பு: அரங்கேற்று காதை 12-ஆம் அடி உரை).

அச்சூத்திரங்கள் நாடக ஆராய்ச்சிக்குப் பெரிதும் பயன்படு மாகலின் அவற்றைத் தருகிறோம்.

1. வீரச்சுவை

"வீரச்சுவை யவிநயம் விளம்புங் காலை
முரிந்த புருவமும் சிவந்த கண்ணும்
பிடித்த வாளும் கடித்த வெயிறும்
மடித்த வுதடுஞ் சுருட்டிய நுதலும்
திண்ணென வுற்ற சொல்லும் பகைவரை
யெண்ணல் செல்லா விகழ்ச்சியும் பிறவும்
நண்ணும் என்ப நன்குணர்ந் தோரே."

2. அச்சச் சுவை

"அச்ச வவிநயம் ஆயுங் காலை
ஒடுங்கிய வுடம்பும் நடுங்கிய நிலையும்
அலங்கிய கண்ணுங் கலங்கிய வுளனுங்
கரந்துவர லுடைமையுங் கையெதிர் மறுத்தலும்
பரந்த நோக்கமும் இசைபண் பினவே."

3. இழிப்புச் சுவை

"இழிப்பின் அவிநயம் இயம்புங் காலை
இடுங்கிய கண்ணும் எயிறுபுறம் போதலும்
ஒடுங்கிய முகமும் உஞற்றாக் காலும்
சோர்ந்த யாக்கையும் சொல்நிரம் பாமையும்
நேர்ந்தன வென்ப நெறியறிந் தோரே."

4. அற்புதச் சுவை

"அற்புத வவிநயம் அறிவரக் கிளப்பில்
சொற்சோர் வுடையது சோர்ந்த கையது
மெய்ம்மயிர் குளிர்ப்பது வியத்தக வுடையது
எய்திய திமைத்தலும் விழித்தலும் இகவாதென்
றையமில் புலவர் அறைந்தனர் என்ப."

5. காமச் சுவை

"காம வவிநயங் கருதுங் காலைத்
தூவுள் ளுறுத்த வடிவுந் தொழிலும்
காரிகை கலந்த கடைக்கணும் கவின்பெறு

மூரன் முறுவல் சிறுநிலா வரும்பலும்
மலர்ந்த முகனும் இரந்தமென் கிளவியும்
கலந்தன பிறவும் கடைப்பிடித் தனரே."

6. அவலச் சுவை

"அவலத் தவிநயம் அறிவரக் கிளப்பில்
கவலையொடு புணர்ந்த கண்ணீர் மாரியும்
வாடிய நீர்மையும் வருந்திய செலவும்
பீடழி இடும்பையும் பிதற்றிய சொல்லும்
நிறைகை யழிதலும் நீர்மையில் கிளவியும்
பொறையின் றாகலும் புணர்த்தினர் புலவர்."

7. நகைச் சுவை

"நகையின் அவிநயம் நாட்டுங் காலை
மிகைபடு நகையது பிறர்நகை யுடையது
கோட்டிய முகத்தது......................
விட்டுமுரி புருவமொடு விலாவுறுப் புடையது
செய்வது பிறிதாய் வேறுசே திப்பதென்று
ஐயமில் புலவர் ஆய்ந்தனர் என்ப."

8. நடுநிலைச் சுவை

"நாட்டுங் காலை நடுநிலை யவிநயம்
கோட்பா டறியாக் கொள்கையும் மாட்சியும்
அறந்தரு நெஞ்சமும் ஆறிய விழியும்
பிறழ்ந்த காட்சி நீங்கிய நிலையும்
குறிப்பின் றாகலும் துணுக்க மில்லாத்
தகைமிக வுடைமையும் தண்ணென வுடைமையும்
அளத்தற் கருமையும் அன்பொடு புணர்தலும்
கலக்கமொடு புணர்ந்த நோக்குங் கதிர்ப்பும்
விலங்கா ரென்ப வேண்டுமொழிப் புலவர்."

9. உருத்திரச் சுவை

"உருத்திரச்சுவை யவிநயம்......" (இதற்குச் சூத்திரம் காணப்படவில்லை)

செயிற்றியம் என்னும் நாடகத்தமிழ் நூலிலிருந்து சுவையைப் பற்றிய மூன்று சூத்திரங்களை இளம்பூரணர் என்றும் உரையாசிரியர் தமது உரையிலே மேற்கோள் காட்டுகிறார் (தொல்.பொருள். மெய்ப் பாட்டியல், இளம்பூரணர் உரை). அச்சூத்திரங்கள் இவை:

நகைச்சுவையும் நகைப்பொருளும்

"உடனிவை தோன்றும் இடமியா தெனினே
முடவர் செல்லுஞ் செலவின் கண்ணும்
மடவோர் சொல்லுஞ் சொல்லின் கண்ணும்
கவற்சி பெரிதுற் றுரைப்போர்க்கண்ணும்
பிதற்றிக் கூறும் பித்தர் கண்ணும்
சுற்றத் தோரை யிகழ்ச்சிக் கண்ணும்
மற்று மொருவர்கட் பட்டோர்க் கண்ணும்
குழவி கூறும் மழலைக் கண்ணும்
மெலியோன் கூறும் வலியின் கண்ணும்
வலியோன் கூறும் மெலிவின் கண்ணும்
ஒல்லார் மதிக்கும் வனப்பின் கண்ணும்
கல்லார் கூறுங் கல்விக் கண்ணும்
பெண்பிரி தன்மை யலியின் கண்ணும்
ஆண்பிரி பெண்மைப் பேடிக் கண்ணும்
களியின் கண்ணுங் காவாலி கண்ணும்
தெளிவிலார் ஒழுகுங் கடவுளார் கண்ணும்
ஆரியர் கூறுந் தமிழின் கண்ணும்
காரிகை யறியாக் காமுகர் கண்ணும்
கூனர் கண்ணுங் குறளர் கண்ணும்
ஊமர் கண்ணுஞ் செவிடர் கண்ணும்
ஆன்ற மரபின் இன்னுழி யெல்லாந்
தோன்று மென்ப துணிந்திசி னோரே."

அழுகைச் சுவையும் அழுகைப் பொருளும்

"கவலை கூர்ந்த கருணையது பெயரே
யவல மென்ப வறிந்தோர் அதுதான்
நிலைமை யிழந்து நீங்குதுணை யுடைமை
தலைமை சான்ற தன்னிலை யழிதல்
சிறையணி துயரமொடு செய்கையற் றிருத்தல்
குறைபடு பொருளொடு குறைபா டெய்தல்
சாபம் எய்தல் சார்பிழைத்துக் கலங்கல்
காவ லின்றிக் கலக்கமொடு திரிதல்
கடகந் தொட்டகை கயிற்றொடு கோடல்
முடியுடைச் சென்னிபிற ரடியுறப் பணிதல்

உளைப்பரி பெருங்களி றூர்ந்த சேவடி
தளைத்திளைத் தொலிப்பத் தளர்ந்தவை
நிறங்கிள ரகலம் நீறொடு சேர்த்தல்
மறங்கிளர் கயவர் மனந்தவப் படைத்தல்
கொலைக்களங் கோட்டங் கோன்முனைக் கவற்சி
யலைக்கண் மாறா வழுகுரல் அரவம்
இன்னோ ரன்னவை யியற்பட நாடித்
துன்னினர் உணர்க துணிவறிந் தோரோ"

"இதன்பய மிவ்வழி நோக்கி
யசைந்தன ராகி யழுதல் என்ப."

உவகைச் சுவையும் உவகைப் பொருளும்

"ஒத்த காமத் தொருவனு மொருத்தியும்
ஒத்த காமத் தொருவனொடு பலரும்
ஆடலும் பாடலும் கள்ளுங் களியும்
ஊடலும் உணர்தலும் கூடலு மிடைந்து
புதுப்புனல் பொய்கை பூம்புனல் என்றிவை
விருப்புறு மனத்தொடு விழைந்து நுகர்தலும்
பயமலை மகிழ்தலும் பனிக்கடல் ஆடலும்
நயனுடை மரபின் நன்னகர்ப் பொலிதலும்
குளம்பரிந் தாடலுங் கோலஞ் செய்தலும்
கொடிநகர் புகுதலுங் கடிமனை விரும்பலும்
துயிற்க ணின்றி யின்பந் துய்த்தலும்
அயிற்கண் மடவார் ஆடலுள் மகிழ்தலும்
நிலாப்பயன் கோடலும் நிலம்பெயர்ந் துறைதலும்
கலம்பயில் சாந்தொடு கடிமலர் அணிதலும்
ஒருங்கா ராய்ந்த வின்னவை பிறவுஞ்
சிருங்கா ரம்மென வேண்டுப விதன்பயன்
துன்ப நீங்கத் துகளறக் கிடந்த
இன்பமொடு புணர்ந்த வேக்கழுத் தம்மே."

சுவையை நான்கு பிரிவாகப் பிரித்துக் கூறுவர் சுவைப் பொருள், சுவையுணர்வு, குறிப்பு, விரல் என்பன அப்பிரிவுகள்.

சுவைப்பொருள் என்பது, நடுநிலைச்சுவை ஒன்று தவிர ஏனைய எட்டுச் சுவைகளையும் தோன்றச் செய்யும் பொருள்.

சுவையுணர்வு என்பது, அவ் வெட்டுவகைச் சுவைகளையும் தோன்றச் செய்கிற பொருள்களைக் கண்டபோது உண்டாகிற பொறியுணர்வுகள்.

குறிப்பு என்பது, பொறியுணர்வினால் உண்டாகிற மனஉணர்வு.

விரல் என்பது சத்துவம் என்றும் பெயர் பெறும். அது, மன உணர்வினால் ஏற்படுகிற மெய்ப்பாடு. அதாவது உடம்பிலே தோன்றுகிற மயிர்க்கூச்சு, நடுக்கம் முதலியன.

உதாரணம் கூறுவோம். ஒருவன் புலியைக் கண்டு அஞ்சுகிறான். புலி என்பது சுவைப்பொருள். அதனைக் கண்டபோது உண்டாகிற அச்சம் சுவையுணர்வு. உடனே ஒளிந்துகொள்ள முயல்கிறான். ஒளிவது குறிப்பு. உடம்பில் நடுக்கமும் வியர்ப்பும் உண்டாகின்றன. இவை சத்துவம் அல்லது விரல். இவ்வாறே எட்டுச் சுவைகளுக்கும் கொள்க.

நடிப்பு அல்லது பாவகம்

அடியார்க்கு நல்லார் தமது உரையிலே, நடிகர் நடிக்க வேண்டிய அவிநயங்களை (நடிப்பு அல்லது பாவங்களை)க் கூறுகிறார். அவை இருபத்து நான்கு வகை என்று கூறி அவற்றிற்கு உதாரணமாக நாடகத் தமிழ் நூல்களிலிருந்து சூத்திரங்களை மேற்கோள் காட்டுகிறார் (சிலம்பு:அரங்கு.12-ஆம் அடி உரை). அச்சூத்திரங்கள், நாடகம் நடிப்போருக்குப் பயன்படும் ஆதலின் அவற்றைக் கீழே தருகிறோம்.

1. வெகுண்டோன் அவிநயம்

“வெகுண்டோன் அவிநயம் விளம்புங் காலை
மடித்த வாயும் மலர்ந்த மார்பும்
துடித்த புருவமுஞ் சுட்டிய விரலும்
கன்றின வுள்ளமொடு கைபுடைத் திடுதலும்
அன்ன நோக்கமோ டாய்ந்தனர் கொளலே.”

2. ஐயமுற்றோன் அவிநயம்

“பொய்யில் காட்கிப் புலவோர் ஆய்ந்த
ஐய முற்றோன் அவிநயம் உரைப்பின்
வாடிய வுறுப்பும் மயங்கிய நோக்கமும்
பீடழி புலனும் பேசா திருத்தலும்
பிறழ்ந்த செய்கையும் வான்றிசை நோக்கலும்
அறைந்தனர் பிறவும் அறிந்திசி னோரே.”

3. சோம்பினோன் அவிநயம்

"மடியின் அவிநயம் வகுக்குங் காலை
நொடியொடு பலகொட் டாவிமிக வுடைமையும்
மூரி நிமிர்த்தலும் முனிவொடு புணர்தலும்
காரண மின்றி யாழ்ந்துமடிந் திருத்தலும்
பிணியும் இன்றிச் சோர்ந்த செலவோடு
அணிதரு புலவர் ஆய்ந்தனர் கொளலே."

4. களித்தோன் அவிநயம்

"களித்தோன் அவிநயம் கழறுங் காலை
ஒளித்தவை யொளியான் உரைத்தல் இன்மையும்
கவிழ்ந்தும் சோர்ந்தும் தாழ்ந்தும் தளர்ந்தும்
வீழ்ந்த சொல்லொடும் மிழற்றிச் சாய்தலும்
களிகைக் கவர்ந்த கடைக்கணோக் குடைமையும்
பேரிசை யாளர் பேணினர் கொளலே."

5. உவந்தோன் அவிநயம்

"உவந்தோன் அவிநயம் உரைக்குங் காலை
நிவந்தினி தாகிய கண்மல ருடைமையும்
இனிதின் இயன்ற உள்ளம் உடைமையும்
முனிவின் அகன்ற முறுவனகை யுடைமையும்
இருக்கையுஞ் சேறலும் கானமும் பிறவும்
ஒருங்குடன் அமைந்த குறிப்பிற் றன்றே."

6. அழுக்காறுடையோன் அவிநயம்

"அழுக்கா றுடையோன் அவிநயம் உரைப்பின்
இழுக்கொடு புணர்ந்த இசைப்பொரு ளுடைமையும்
கூம்பிய வாயுங் கோடிய வுரையும்
ஓம்பாது விதிர்க்குங் கைவகை யுடைமையும்
ஆரணங் காகிய வெகுளி யுடைமையும்
காரணமின்றி மெலிந்த முக முடைமையும்
மெலிவொடு புணர்ந்த விடும்பையு மேவரப்
பொலியுமென்ப பொருந்து மொழிப் புலவர்."

7. இன்புற்றோன் அவிநயம்

"இன்பமொடு புணர்ந்தோன் அவிநயம் இயம்பில்
துன்பம் நீங்கித் துவர்த்த யாக்கையும்
தயங்கித் தாழ்ந்த பெருமகிழ் வுடைமையும்

மயங்கி வந்த செலவுநனி யுடைமையும்
அழகுள் ளுறுத்த சொற்பொலி வுடைமையும்
எழிலொடு புணர்ந்த நறுமல ருடைமையும்
கலங்கள்சேர்ந் தகன்ற தோண்மார் புடைமையும்
நலங்கெழு புலவர் நாடினர் என்ப."

8. தெய்வமுற்றோன் அவிநயம்

"தெய்வ முற்றோன் அவிநயஞ் செப்பில்
கைவிட்டெரிந்த கலக்க முடைமையும்
மடித்தெயிறு கௌவிய வாய்த்தொழி லுடைமையும்
துடித்த புருவமும் துளங்கிய நிலையும்
செய்ய முகமுஞ் சேர்ந்த செருக்கும்
எய்தும் என்ப இயல்புணர்ந் தோரே."

9. ஞஞ்ஞையுற்றோன் அவிநயம்

"ஞஞ்ஞை யுற்றோன் அவிநயம் நாடில்
பன்மென் றிறுகிய நாவழி யுடைமையும்
நுரைசேர்ந்து கூம்பும் வாயும் நோக்கினர்க்
குரைப்போன் போல வுணர்வி லாமையும்
விழிப்போன் போல விழியா திருத்தலும்
விமுத்தக வுடைமையும் ஒழுக்கி லாமையும்
வயங்கிய திருமுக மழுங்கலும் பிறவும்
மேவிய தென்ப விளங்குமொழிப் புலவர்."
இஃது ஏமுறு மாக்க ளவிநயம்

10. உடன்பட்டோன் அவிநயம்

"சிந்தையுடம் பட்டோன் அவிநயம் தெரியின்
முந்தை யாயினும் உணரா நிலைமையும்
பிடித்த கைமேல் அடைத்த கவினும்
முடித்த லுறாத கரும நிலைமையும்
சொல்லுவது யாதும் உணரா நிலைமையும்
புல்லும் என்ப பொருந்துமொழிப் புலவர்."

11. உறங்கினோன் அவிநயம்

"துஞ்சா நின்னோன் அவிநயந் துணியின்
எஞ்சுதல் இன்றி யிருபுடை மருங்கும்

மலர்ந்துங் கவிழ்ந்தும் வருபடை யியற்றியும்
அலர்ந்துயிர்ப் புடைய வாற்றலும் ஆகும்."

12. துயிலுணர்ந்தோன் அவிநயம்

"இன்றுயி லுணர்ந்தோன் அவிநயம் இயம்பின்
ஒன்றிய குறுங்கொட் டாவியும் உயிர்ப்பும்
தூங்கிய முகமுந் துளங்கிய வுடம்பும்
ஓங்கிய திரிபும் ஒழிந்தவும் கொளலே."

13. செத்தோன் அவிநயம்

"செத்தோ னவிநயஞ் செப்புங் காலை
அத்தக அச்சமும் அழிப்பும் ஆக்கலும்
கடித்த நிரைப்பலின் வெடித்துப் பொடித்துப்
போத்ததுணி வுடைமையும் வலித்த உறுப்பும்
மெலிந்த வகடும் மென்மைமிக வுடைமையும்
வெண்மணி தோன்றக் கருமணி கரத்தலும்
உண்மையிற் புலவர் உணர்ந்த வாறே."

14. மழை பெய்யப்பட்டோன் அவிநயம்

"மழைபெய்யப் பட்டோன் அவிநயம் வகுக்கின்
இழிதக வுடைய வியல்புநனி யுடைமையும்
மெய்கூர் நடுக்கமும் பிணித்தலும் படாத்தை
மெய்பூண் டொடுக்கிய முகத்தொடு புணர்த்தலும்
ஒளிப்படு மனனில் உலறிய கண்ணும்
விளியினுந் துளியினு மடிந்தசெவி யுடைமையும்
கொடுகி விட்டெறிந்த குளிர்மிக வுடைமையும்
நடுங்கு பல்லொலி யுடைமையு முடியக்
கனவுகண் டாற்றா னெழுதலு முண்டே."

15. பனித் தலைப்பட்டோன் அவிநயம்

"பனித்தலைப் பட்டோன் அவிநயம் பகரின்
நடுக்க முடைமையும் நகைபடு நிலைமையும்
சொற்றளர்ந் திசைத்தலும் அற்றமி லவதியும்
போர்வை விழைதலும் புந்திநோ வுடைமையும்
நீறாம் விழியும் சேற முனிதலும்
இன்னவை பிறவும் இசைந்தனர் கொளலே."

16. வெயில் தலைப்பட்டோன் அவிநயம்

"உச்சிப் பொழுதின் வந்தோன் அவிநயம்
எச்ச மின்றி இயம்புங் காலைச்
சொரியா நின்ற பெருந்துயர் உழுந்து
எரியா நின்ற வுடம்பெரி யென்னச்
சிவந்த கண்ணும் அயர்ந்த நோக்கமும்
பயந்த தென்ப பண்புணர்ந் தோரே."

17. நாணமுற்றோன் அவிநயம்

"நாண முற்றோன் அவிநயம் நாடின்
இறைஞ்சிய தலையு மறைந்த செய்கையும்
வாடிய முகமும் கோடிய உடம்பும்
கெட்ட வொளியும் கீழ்க்கண் ணோக்கமும்
ஒட்டினர் என்ப உணர்ந்திசி னோரே."

18. வருத்தமுற்றோன் அவிநயம்

வருத்த முற்றோன் அவிநயம் வகுப்பில்
பொருத்த மில்லாப் புன்கண் உடைமையும்
சோர்ந்த யாக்கையும் சோர்ந்த முடியும்
கூர்ந்த வியர்வும் குறும்பல் யாவும்
ஒற்றிய வாயும் வணங்கிய வுறுப்பும்
உற்ற தென்ப உணர்ந்திசி னோரே."

19. கண்ணோவுற்றோன் அவிநயம்

"கண்ணோ வுற்றோன் அவிநயங் காட்டின்
நண்ணிய கண்ணீர்த் துளிவிரற் றெறித்தலும்
வளைந்தபுரு வத்தோடு வாடிய முகமும்
வெள்ளிடை நோக்கின் விழிதரு மச்சமும்
தெள்ளிதிற் புலவர் தெரிந்தனர் கொளலே."

20. தலைநோவுற்றோன் அவிநயம்

"தலைநோ வுற்றோன் அவிநயஞ் சாற்றின்
நிலைமை யின்றித் தலையாட் டுடைமையும்
கோடிய விருக்கையுந் தளர்ந்த வெரொடு
பெருவிரல் இடுக்கிய நுதலும் வருந்தி
ஒடுங்கிய கண்ணொடு பிறவும்
திருந்து மென்ப செந்நெறிப் புலவர்."

21. அழற்றிறம் பட்டோன் அவிநயம்

"அழற்றிறம் பட்டோன் அவிநயம் உரைப்பின்
நிழற்றிறம் வேண்டு நெறிமையின் விருப்பும்
அழலும் வெயிலும் சுடரும் அஞ்சலும்
நிழலும் நீரும் சேறும் உவத்தலும்
பனிநீர் உவப்பும் பாதிரித் தொடையலும்
நுனிவிரல் ஈரம் அருநெறி யாக்கலும்
புக்க துன்பொடு புலர்ந்த யாக்கையும்
தொக்க தென்ப துணிவறிந் தோரே."

22. சீதமுற்றோன் அவிநயம்

"சீத முற்றோன் அவிநயம் செப்பின்
ஓதிய பருவரல் யுள்ளமோ டுழத்தலும்
ஈர மாகிய போர்வை யுறுத்தலும்
ஆர வெயிலும் தழலும் வேண்டலும்
முரசியும் முரன்றும் உயிர்த்தும் உரைத்தலும்
தக்கன பிறவும் சாற்றினர் புலவர்."

.23. வெப்பமுற்றோன் அவிநயம்

"வெப்பி னவிநயம் விரிக்குங் காலைத்
தப்பில் கடைப்பிடித் தன்மையும் தாகமும்
எரியின் அன்ன வெம்மையோ டியைவும்
வெருவரும் இயக்கமும் வெம்பிய விழியும்
நீருண் வேட்கையும் நிரம்பா வலியும்
ஓருங்காலை யுணர்ந்தனர் கொளலே."

24. நஞ்சுண்டோன் அவிநயம்

"கொஞ்சிய மொழியில் கூரெயிறு மடித்தலும்
பஞ்சியின் வாயில் பனிநுரை கூம்பலும்
தஞ்ச மாந்தர் தம்முகம் நோக்கியோர்
இன்சொல் இயம்புவான் போலியம் பாமையும்
நஞ்சுண் டோன்தன் அவிநயம் என்ப."

"சொல்லிய வன்றியும் வருவன உளவெனில்
புல்லுவழிச் சேர்த்திப் பொருந்துவழிப் புணர்ப்ப"

வரிக்கூத்து

வரிக்கூத்து என்பது கூத்து அல்லது நடனத்தில் சேர்ந்ததன்று; இது நாடகத்தில் நடிக்கப்படுவது. "வரியாவது, அவரவர் பிறந்த நிலத் தன்மையும் பிறப்பிற்கேற்ற தொழிற்றன்மையும் தோன்ற நடித்தல், என்னை?

'வரியெனப் படுவது வகுக்குங் காலைப்
பிறந்த நிலனுஞ் சிறந்த தொழிலும்
அறியக் கூறி யாற்றுழி வழங்கல்'

என்றாராகலின்" என்று அடியார்க்கு நல்லார் எழுதுகிறார். (சிலம்பு: வேனிற்காதை 77ஆம் வரி உரை).

வரிக்கூத்து எட்டு வகைப்படும். அவை. 1. கண்கூடுவரி. 2. காண்வரி. 3. உள்வரி. 4. புறவரி. 5. கிளர்வரி. 6. தேர்ச்சிவரி. 7. காட்சிவரி. 8. எடுத்துக் கோள்வரி என்பன.

"கண்கூட்டு காண்வரி யுள்வரி புறவரி
கிளர்வரி யைந்தோ டொன்ற வுரைப்பிற்
காட்சி தேர்ச்சி யெடுத்துக் கோளென
மாட்சியின் வரூஉமெண்வகை நெறித்தே."

என்பது சூத்திரம்.

இவ்வெட்டு வரிக் கூத்துகளையும் விளக்குவோம்.

1. **கண்கூடுவரி.** இது காட்சி எனவும் கூறப்படும். ஒருவர் கூட்டாமல் தானே வந்து நிற்கும் நிலை.

கண்கூ டென்பது கருதுங் காலை
இசைப்ப வாராது தானே வந்து
தலைப்பெய்து நிற்குக் தன்மைத் தென்ப."

என்பது சூத்திரம்.

2. **காண்வரி.** நகை முகங் காட்டி வருகென வந்து போகவெனப் போகிய நடிப்பு.

"காண்வரி என்பது காணுங் காலை
வந்த பின்னர் மனமகிழ் வுறுவன
தந்து நீங்குந் தன்மையதாகும்."

என்பது சூத்திரம்.

3. **உள்வரி:** *உள்வரி என்பது தன்னுடைய உண்மை வடிவை மறைத்து மாறுவேடம் பூண்டு நடிப்பது. அதாவது ஏவலாளர் முதலியவர்போல வேடம் பூண்டு நடிப்பது.*

“உள்வரி யென்பது உணர்த்துங்காலை
மண்டல மாக்கள் பிறிதோ ருருவங்
கொண்டுங் கொள்ளாதும் ஆடுதற் குரித்தே.”

என்பது சூத்திரம்.

4. **புறவரி.** *தலைவனுடன் சேர்ந்திராமல் தனியே நின்று நடித்தல்.*

“புறவரி யென்பது புணர்க்குங் காலை
யிசைப்ப வந்து தலைவன் முற்படாது
புறத்துநின் றாடிவிடைபெறு வதுவே”

என்பது சூத்திரம்.

5. **கிளர்வரி.** *இருசாராருக்கும் நடுவே மத்தியஸ்தமாக நின்று நடிப்பது.*

“கிளர்வரி என்பது கிளங்குங் காலை
யொருவ ருய்ப்பத்தோன்றி யவர்வா
யிருபுற மொழிப்பொருள் கேட்டுநிற் பதுவே”

என்பது சூத்திரம்.

6. **தேர்ச்சிவரி.** *தன்னுடைய மனக்கவலையைச் சுற்றத்தாருக்குக் கூறுவது.*

“தேர்ச்சி யென்பது தெரியுங்காலைக்
கெட்ட மாக்கள் கிளைகண் டவர்முன்
பட்டதும் உற்றதும் நினைஇ இருந்து”

தேர்ச்சியாடுரைப்பது தேர்ச்சி வரியாகும் என்பது சூத்திரம்.

7. **காட்சிவரி.** *தன் வருத்தத்தைப் பலருங் காணும்படி நடித்தல்.*

“காட்சிவரி என்பது கருதுங் காலைக்
கெட்ட மாக்கள் கிளைகண்டவர் முனர்ப்
பட்டது கூறிப் பரிந்து நிற்பதுவே”

என்பது சூத்திரம்.

8. **எடுத்துக்கோள்வரி.** *மிக்க துன்பம் அடைந்தவளாக வீழ்ந்து பிறர் எடுத்துக்கொள்ளும்படி நடித்தல்.*

"எடுத்துக் கோளை இசைக்குங் காலை
அடுத்தடுத் தழிந்து மாழ்கி யயலவர்
எடுத்துக்கோள் புரிந்த தெடுத்துக் கோளே."

என்பது சூத்திரம்.

சொல்

சொல் என்பது நாடக பாத்திரங்கள் நாடகத்தில் நடிக்கும்போது பேசும் பேச்சு. அது மூன்று வகைப்படும். உட்சொல், புறச் சொல், ஆகாயச் சொல் என்று.

உட்சொல் என்பது நடிகன் தானே நெஞ்சோடு கூறல். புறச் சொல் என்பது கேட்போர்க்கு உரைத்தல், ஆகாயச் சொல் என்பது தானே கூறல்.

"நெஞ்சொடு கூறல் கேட்போர்க் குரைத்தல்
தஞ்சம் வரவறிவு தானே கூறலென்
றம்மூன் றென்ப செம்மைச் சொல்லே."

(அடியார்க்குநல்லார் உரைமேற்கோள். சிலம்பு. அரங்கேற்று காதை. 12-ஆம் வரி உரை.)

இதுகாறும் எடுத்துக் கூறியவற்றால், பண்டைக்காலத்திலே நமது முன்னோர் நாடகக் கலையை நன்கு வளர்த்திருந்தனர் என்பது அறியப்படும். ஆனால், பிற்காலத்திலே கி.பி.17ஆம் நூற்றாண்டிற்குப் பிறகு, தமிழ்நாட்டில் நாடகக் கலை அழிந்துவிட்டதென்றே கூற வேண்டும். தக்க நாடகக் கலைஞரைப் போற்றாதார் இல்லாத படியினால் நாடகக் கலைஞரும் - நாடக நூல்களும் மறைந்து விட்டன. பிறகு, நாடகக் கலையுணராத தெருக் கூத்தாடுவோர் தோன்றி அக்கலைக்கு இழுக்கையும் - அவமதிப்பையும் உண்டாக்கி விட்டனர்.

ஆனால், இப்பொழுது நாடகக்கலை பெருமையும் சிறப்பும் அடைந்து வருகிறது. தெருக்கூத்தாடிகள் மறைந்து வருகின்றனர். மேல்நாட்டு நாடகமுறைத் தொடர்புடனும் நவீன வளர்ச்சியுடனும் நாடகக்கலை, தக்க கலைஞர்களால் வளர்க்கப்பட்டு வருகிறது. இதற்குப் பொது மக்கள் ஆதரவும் இருக்கிறது.

எனினும் நாடக நூல்கள் தமிழில் போதிய அளவு இன்னும் ஏற்படவில்லை. நாடக நூல்கள் இயற்றுவதற்கு மேலே காட்டிய பழந்தமிழ் நாடகக் குறிப்புகள் பெரிதும் துணைபுரியும் என நம்புகிறோம்.

கோயிலில் நாடகம்

பண்டைக்காலத்தில், அரண்மனைகளிலும் சிற்றரசர் குறுநில மன்னர் முதலியவர்களின் மாளிகைகளிலும் நாடகங்கள் நடைபெற்றன. சோழ அரசர் காலத்தில் கி.பி. 10-ஆம் நூற்றாண்டிற்குப் பிறகு, கோயில்களில் நாடகங்கள் நடைபெற்றன.

முதலாம் இராஜராஜன், தஞ்சைப் பெருவுடையார் கோயிலில் இராஜராஜேசுவர நாடகத்தை ஆட ஏற்பாடு செய்தான் என்று ஒரு சாசனம் கூறுகிறது (S.I.I. Vol.II. P.306). அந்தச் சாசனத்தின் வாசகம் இது:-

"....உடையார் ஸ்ரீ ராஜ ராஜேசுவரமுடையார் கோயிலிலே ராஜராஜேசுவர நாடகமாட நித்தம் நெல்லுத் தூணியாக நிவந்தஞ் செய்த நம்வாய்க் கேழ்விப்படி சாந்திக் கூத்தன் திருவாலன் திருமுது குன்றனான விஜயராஜேந்திர ஆசார்யனுக்கும் இவன் வம்சத்தாருக்கும் காணியாகக் கொடுத்தோமென்று ஸ்ரீகாரியக் கண்காணி செய்வார்க்கும் கரணத்தார்களுக்கும் திருவாய் மொழிந்தருளி திருமந்திர ஓலை... வந்தமையிலும், கல்வெட்டியது. திருவாலந் திருமுது குன்றனான விஜயராஜேந்திர ஆசாரியின் உடையார் வைய்காசிப் பெரிய திருவிழாவில் ராஜராஜேசுவர நாடகமாட இவனுக்கும் இவன் வம்சத்தார்க்கும் காணியாகப் பங்கு ஒன்றுக்கும் இராஜகேசரி யோடுக்கும் ஆடவலானென்னும் மரக்காலால் நித்த நெல்லுத் தூணியாக நூற்றிருபதின் கலநெல்லும் ஆண்டாண்டுதோறும் தேவர் பண்டாரத்தெய்பெறச் சந்திராதித்தவற் கல்வெட்டித்து."

இந்த நாடகம் நெடுங்காலம் நடைபெற்று வந்தது. தஞ்சாவூரை மராட்டியர் கைப்பற்றி அரசாண்ட காலத்தில், ஏறக்குறைய 200 ஆண்டுகளுக்குமுன், இந்த நாடகம் நிறுத்தப்பட்டது.

திருநெல்வேலி மாவட்டம் திருச்செந்தூர்த் தாலுகா ஆத்தூரிலுள்ள சோமநாத ஈசுவரர் கோயில் அழகிய பாண்டியன் கூடம் என்னும் மண்டபம் இருந்தது. இதில் கூத்தும் நாடகமும் நடை பெற்றன. திரிபுவன சக்கரவர்த்தி கோனேரின்மைகொண்டான் 5-ஆவது ஆண்டு சாசனம் ஒன்று இந்த மண்டபத்தில், திருமேனி பிரியாதான் என்னும் நாடக ஆசிரியன் திருநாடகம் என்னும் நாடகத்தை ஆடுவதற்காக அவனுக்கு 2 மாநிலம் தானம் வழங்கப்பட்டதைக் கூறுகிறது (444 of 1929-30).

நாடகக் கலையின் மறைவு

சேர சோழ பாண்டிய அரசர்களும் குறுநில மன்னர்களும் மறைந்து அந்நியர் ஆட்சி ஏற்பட்ட காலத்திலே, நவாபுகளும், பாளையக்காரர்களும், மராட்டியரும், தெலுங்கு நாயக்கரும்,

போர்ச்சுகீசியர் ஒல்லாந்தர் பிரெஞ்சுக்காரர் ஆங்கிலேயர் முதலிய ஐரோப்பிய வர்த்தகக் கம்பெனிக்காரர்களும் அரசாண்ட காலத்திலே, 16, 17, 18-ஆம் நூற்றாண்டுகளிலே, குழப்பமும், கலகமும், கொள்ளையும், கூச்சலும், அராஜகமும், அநியாயமும் ஆட்சிபுரிந்த காலத்திலே தமிழ்நாட்டு நாடகக் கலை பெரிதும் அழிந்து விட்டது.

தமிழ்ப் பண்பும் தமிழ் நாகரிகமும் இல்லாதவர்கள் ஆட்சியில், அதுவும் குழப்பமும் கொள்ளையும் தாண்டவமாடிய காலத்தில், நாடகக் கலை புறக்கணிக்கப்பட்டது. நாடகக் கலைஞர் போற்று வாரற்று மறைந்தனர். அவர்கள் மறையவே அவர்களிடமிருந்த நாடக நூல்களும் மறைந்தன. அக்காலத்தில் ஓலைச் சுவடிகளாக இருந்த படியாலும் நடிகரைத் தவிர மற்றவர் நாடக நூல்களை வைத்திருப்பது அக்காலத்து வழக்கமில்லாதபடியினாலும், அந்நாடக நூல்கள் மறைந்தன.

அதனால், நாடகக்கலை யறியாத மூன்றாந்தர, நான்காந்தர ஆட்கள் நாடகம் நடிக்க முன்வந்து நாடகம் ஆடி நாடகக்கலையின் பெருமையை யழித்துவிட்டார்கள். "கூத்தாடிகள்" என்றவசைச் சொல்லையும் பெற்றார்கள்.

நாடகக் கலையின் மறுமலர்ச்சி

ஆனால், பழைய குழப்பமும், கலகமும் இருந்த காலம் போய், நாடு ஆங்கிலேயர் ஆட்சியில் வந்தபிறகு, நாட்டில் அமைதியும் பாதுகாப்பும் ஏற்பட்டு, மக்கள் கலையில் மனஞ்செலுத்திய சென்ற நூற்றாண்டு முதல், நாடகக்கலைக்கு நன்மதிப்பு ஏற்பட்டது.

மேல்நாட்டு நாடகங்களின் முறையும் நமது நாட்டுப் பழைய நாடக முறையும் சேர்ந்த உயர்தரமான நாடகங்கள் இப்போது நடத்தப்படுகின்றன. உயர்தர நடிகர்களும் தோன்றி பேரும் புகழும் பெற்றிருக்கிறார்கள். புதிய நாடக நூல்களும் தோன்றி வருகின்றன.

கலைகளைப் போற்றுக

நமது மூதாதையர் வளர்த்த அழகுக்கலைகளைப் பற்றிய வரலாற்றை மேல்வாரியாகக் கூறினோம். இக்கலைகள் குறைந்தது இரண்டாயிரத்து ஐந்நூறு ஆண்டுகளாக வளர்ந்து வந்துள்ளன. இக்கலைகள் இப்போது அழிந்து கொண்டும் அழிக்கப்பட்டுக் கொண்டும் வருவதை நாம் இன்னும் அறிந்துகொள்ளவில்லை. ஏனென்றால், நம்மவரில் பெரும்பான்மையோருக்கு, நூற்றில் தொண்ணூற்றொன்பது பேருக்கு, கலைகளைப் பற்றி ஒன்றுமே தெரியாது. இது வருந்தத்தக்க நிலையாகும்.

நமது முன்னோர் தலைமுறை தலைமுறையாக வளர்த்த கலைகளைப் போற்ற வேண்டுவது அவர் வழிவந்த நமது கடமையாகும். கலைகளை அழித்துக் கொண்டும் அழிய விட்டுக் கொண்டும் இருப்பது, சமுதாயத்தின் வீழ்ச்சியை அல்லது பிற்போக்கைக் காட்டும் அறிகுறியாகும். ஏனென்றால், பழைய கலைகளுக்கும் சமுதாயத்திற்கும் தொடர்பு உண்டு. விரும்பினாலும் விரும்பாவிட்டாலும் கலைகளும் அதனையொட்டிய பண்பாடுகளும் சமுதாயத்தில் பரம்பரையாகத் தொடர்ந்து வந்துகொண்டேயிருக்கின்றன. ஆகவே, நமக்கு உரிமைப் பொருளாகிய நமது அழகுக் கலைகளைப் போற்றிப் பாதுகாக்க வேண்டுவது நம் ஒவ்வொருவருடைய கடமை ஆகும்.

தொன்றுதொட்டு, பல்லாண்டு, பல்லாண்டுகளாக வளர்ந்துள்ள இக்கலைகள் இப்போது எந்த நிலையில் இருக்கின்றன என்பதைப் பார்ப்போம்.

கட்டிடக்கலை

செங்கற் கட்டிடங்கள் விரைவில் அழிந்துவிடுவது இயற்கையே. கருங்கல்லினால் கட்டப்பட்ட கற்றளிகள் நெடுங்காலம் இருக்குமானாலும், அவற்றைப் பேணிப்பாதுகாக்காமல் போனால், அவையும் காலப் போக்கில் அழிந்துவிடும். அவ்வாறு பல கற்றளிகள் அழிந்து விட்டன; பல அழிந்துகொண்டு இருக்கின்றன. முதன் முதலாக அமைக்கப்பட்ட கல்கட்டிடங்களில் (கற்றளிகளில்) ஒன்று, மகாபலிபுரம் என்று வழங்கப்படுகிற மாமல்லபுரத்துக் கடற்கரை ஓரத்தில் இருக்கிற கோயில் ஆகும். இக் கோயில் ஏறக்குறைய 1300 ஆண்டுகளுக்கு முன்பு அமைக்கப்பட்டது. இதை அமைத்தவன்

இராஜசிம்மன் என்னும் இரண்டாம் நரசிம்மவர்மன். இவன் கி.பி. 695 முதல் 722 வரையில் அரசாண்டான். காஞ்சீபுரத்துக் கயிலாசநாதர் கோயிலைக் கட்டியவனும் இவனே.

மாமல்லபுரத்துக் கடற்கரைக் கோயில்

இவன் கட்டிய மாமல்லபுரத்துக் கடற்கரைக் கோயில், கடல் நீருக்கு அருகில் இருப்பதால், இக்கட்டிடத்து உள்புறத்திலும் மேல் புறத்திலும் ஈரமான உப்பங்காற்று இரவும் பகலும் வீசிக் கொண்டே யிருக்கிறது. இதன் காரணமாக இக்கட்டிடத்தின் கருங்கற்கள் உளுத்துப் போய்விட்டதை இன்று காண்கிறோம். ஏன்? சில ஆண்டு களுக்கு முன்பு, கடல் அலைகள் இக்கட்டிடத்தின் படிகளின் மேல் மோதிக் கொண்டிருந்தபோது, இக்கட்டிடம் சிறிது காலத்திற்குள்ளாக கடல் நீரினால் அழிந்துவிடும் என்று அஞ்சினோம். நற்காலமாக அரசாங்கத்துப் பழம்பொருள் ஆராய்ச்சித் துறையினர் (ஆர்க்கியாலஜி இலாகா), இக் கோயிலில் கடல் அலைகள் மோதாதபடி கற்சுவர் அமைத்து அரண் செய்திருக்கிறார்கள். இதனால், இக் கோயிலுக்குக் கடல் நீரினால் ஏற்படவிருந்த ஆபத்து நீங்கிவிட்டது. ஆனால், தகுந்த பாதுகாப்பு ஏற்படுத்தாவிட்டால், கடலில் இருந்து வீசுகிற நமிர்ப்பான உப்பங் காற்றினால் கற்கள் உளுத்து உதிர்ந்து பிறகு கட்டிடமே மறைந்துவிடும் என்பதில் ஐயமில்லை.

பல்லவர், சோழர் காலத்துக் கோயில்கள்

எல்லாக் கட்டிடங்களும் பழம் பொருள் பாதுகாப்பாளரின் மேற் பார்வையில் இல்லை. ஆகவே, பெரும்பான்மையான கட்டிடங்கள் சிதைந்து அழிந்து கொண்டிருக்கின்றன. கடற்கரையிலுள்ள கற்றளிகள்தான் அழிந்து விடுகின்றன என்று கருத வேண்டாம். உள் நாட்டிலுள்ள கற்றளிகளும் அழிந்து விடுகின்றன. எடுத்துக்காட்டாக உள்நாடாகிய காஞ்சீபுரத்து அயிராவதேசுவரர் கோயில், மதங்கேசுவரர் கோயில், இறவாஸ்தானக்கோயில் முதலியவைகளாகும். இக்கோயில் களை எல்லாம் அரசாங்கத்தார், அழியவிடாமல் தக்க முறையில் பாதுகாக்கவேண்டும். ஏனென்றால் பல்லவர் காலத்துக் கட்டிடங்கள் மிகச் சிலதான் இப்போது உள்ளன. இச்சிலவற்றையும் அழிந்து விடாமல் காப்பாற்ற வேண்டுவது அரசாங்கத்தினதும் நாட்டு மக்களினதும் கடமையாகும்.

பல்லவர் காலத்துக்குப் பிறகு கி. பி. 10ஆம் நூற்றாண்டு முதல் அமைக்கப்பட்ட சோழர் காலத்துக் கோயில் கட்டிடங்களும் சில அழிந்துபோயும் சில அழிந்துகொண்டும் இருக்கின்றன.

புதுப்பிக்கும் திருப்பணி

பழைய கோயில்களைப் புதுப்பிக்கிற திருப்பணியைச் செட்டி நாட்டுச் சீமான்கள் செய்து வந்தார்கள். அவர்களால் புதுப்பிக்கப் பட்ட பழைய கோயில்கள் பல. இதற்காக அவர்களைப் பாராட்டு கிறோம். ஆனால், அவர்கள் செய்த திருப்பணிகளில் சில குறைபாடு களும் உள்ளன. குறைபாடு என்பதை விட அழிவு வேலை என்றே கூறலாம். அது என்னவென்றால் அந்தக் கோயில்களில் இருந்த பழைய சாசனக் கல்வெட்டுகளை அழித்துவிட்டது ஒன்று; பழைய சிற்பக் கலையைப் போற்றாதது மற்றொன்று.

சாசனங்களைப் போற்றல்

பழைய கோயில்களைப் புதுப்பிக்கும்போது அக்கோயில்களில் இருந்த பழைய சாசனங்களை இருந்த இடந்தெரியாமல் அழித்து விட்டார்கள். நமது நாட்டுச் சரித்திரம் எழுதுவதற்குச் சாசனங்கள் பேருதவியாக இருக்கின்றன. சாசனங்களை ஆராய்ந்துதான் நமது நாட்டு வரலாறுகள் எழுதப்படுகின்றன. சாசனங்கள் சரித்திர ஆராய்ச்சிக்கு எவ்வளவு பேருதவியாய் இருக்கின்றன என்பது சரித்திர ஆராய்ச்சிக்காரருக்குத் தவிர மற்றப் பாமர மக்களுக்குச் சிறிதும் தெரியாது.

மேலும் கோயில் சாசனங்களிலே, அக்கோயிலுக்கு எழுதி வைக்கப்பட்ட நிலபுலங்களைப் பற்றியும் பொன் பொருள்களைப் பற்றியும் குறித்து வைப்பது வழக்கம். ஆகவே, இந்தச் சாசனங்கள் அக்கோயில்களின் சொத்துக்களைப் பற்றிய ஆதாரங்களாகும். அவற்றை அழித்து விடுவது, அக்கோயிலுக்குரிய பத்திரங்களையும் ஆதாரங்களையும் அழித்துவிடுவதாகும் அல்லவா? கோயில்களைப் புதுப்பிக்கும் போது, பழைய சாசனங்களை அழிக்காமல் வைக்க வேண்டும். அல்லது அவற்றின் படிஎடுத்து வேறு கற்களில் எழுதி வைக்க வேண்டும்.

சில சான்றுகள்

பண்டைக் காலத்தில் கோயில்களைப் புதுப்பிக்கும் போது, அக்கோயில் சாசனங்களைப் படி எடுத்து எழுதி வைத்தார்கள். தஞ்சை மாவட்டத்துக் கும்பகோணம் தாலுகாவைச் சேர்ந்த திருக்கோடிக்காவல் கோயிலைப் பண்டைக்காலத்தில் புதுப்பித்தவர் செம்பியன்மாதேவியார் என்னும் சோழகுலத்து அரசியார். இவர் உத்தமச் சோழருடைய தாயார். இவ்வரசியார் இக்கோயிலைப் புதுப்பிப்பதற்கு முன்னர், இக் கோயிலில் இருந்த சாசனங்களையெல்லாம் படிஎடுத்துக் கொண்டு, கோயில்

வேலை முடிந்த பிறகு அப்படிச் சாசனங்களை இங்கு அமைத்திருக்கிறார். இவ்வாறு இருபத்தாறு சாசனங்களை இவர் படியெடுத்தமைத்திருக்கிறார். இதனால், இச் சாசனங்கள் அழியாமல் இருக்கின்றன. சாசனங்களைப் படியெடுத்து அமைத்தார் என்பதற்குச் சான்று என்னவென்றால், அச்சாசனங்களின் தொடக்கத்தில், "ஸ்வஸ்தி ஸ்ரீ. இதுவுமொரு பழங்கற்படி" என்று எழுதியிருப்பதுதான். இவ்வாறு பல சாசனங்கள் பாதுகாக்கப்பட்டதற்குப் பல சான்றுகளைக் கூறலாம். விரிவஞ்சிக் கூறாமல் விடுகிறோம்.

இக்காலத்தில் கோயில்களைப் புதுப்பிக்கிறவர் அவ்வாறு படி எடுத்துப் பாதுகாக்காமல் சாசனங்களை முழுவதும் அழித்துவிடுகிறார்கள், சாசன படிஎடுப்பாளர். பழம் பொருளாராய்ச்சியாளர்கள் (எபிகிராபி, ஆர்க்கியாலஜி இலாகா) கண்டுபிடித்துத் தமது அறிக்கையில் கூறப்பட்ட சாசனங்களில் பல, இப்போது முழுவதும் அழிக்கப்பட்டுள்ளன. இதற்குக் காரணம், அவ்வறிக்கைகள் வெளிவந்த பிறகு, அச்சாசனம் உள்ள கோயிலைப் புதுப்பித்த "புண்ணியவான்கள்" சாசனங்களைப் படிஎடுத்து அமைக்கவும் இல்லை; இருந்த சாசனங்களை அழியாமல் பாதுகாக்கவும் இல்லை. ஆகவே அச்சாசனங்கள் அழிந்துவிட்டன. அதனோடு சரித்திரச் செய்திகள் சிலவும் அழிந்து விட்டன. இது நாட்டுக்குத் துரோகம் செய்தது ஆகாதா? நிற்க.

பழஞ்சிற்பங்களைப் போற்றுக

கோயிலைப் புதுப்பிக்கிறவர்கள் கோயிலின் தூண், சுவர் முதலியவைகளில் இருந்த பழைய சிற்ப உருவங்களையும் அழித்துவிடுகிறார்கள். பழைய சிற்ப வேலைக்கும் இக்காலத்துப் புதுப்பிக்கிறவர்களின் சிற்ப வேலைக்கும் பெருத்த வேறுபாடுகள் உண்டு. பழைய சிற்ப உருவங்களில் கலையழகு காணப்படும். புதிய சிற்ப வேலைகளில் மட்டமான கலையழகு காணப்படுகிறது. இது மற்றொரு குறைபாடாகும்.

கோயில் அதிகாரிகள், கோயில்களில் இருக்கும் பழைய தூண்கள், சிற்ப உருவங்கள் முதலிய கற்களை, அவை பின்னப்பட்டு உடைந்து போன காரணத்தினாலோ அல்லது அவை உதவாதவை என்னும் காரணத்தினாலோ, புறக்கணித்து எறிந்துவிடுகிறார்கள். இப்படிச் செய்வது பெருந்தவறு. பின்னம் அடைந்த அல்லது வேண்டியிராத சிற்பங்களை எறிந்துவிடக்கூடாது. அவற்றைப் பொதுமக்கள் பார்க்கத்தக்க இடத்தில் பத்திரப்படுத்த வேண்டும். அவையும் கலைச் செல்வங்களாகப் போற்றப்பட வேண்டும். சிலர் அத்தகைய கற்களைத் தனிப்பட்டவர்களுக்கு விற்றுவிடுகிறார்கள். இவ்வழக்கத்தையும்

அரசாங்கத்தார் கவனித்து தக்க நடவடிக்கை எடுத்துக்கொள்ள வேண்டும்.

இப்போதைய தமிழன், தன் கலைப் பெருமையை யறியாத தன்மையன். தன் கண் முன்னே நாடெங்கும் காணப்படுகிற கலைச் செல்வங்களைக் கண்டு மகிழ இக்காலத்தமிழனுக்கு ஆற்றல் இல்லை என்றே கூறவேண்டும். கலைக்கண் இல்லாதபடியால் கலைச் செல்வங்களைக் கண்டு மகிழும் ஆற்றல் இல்லை. அதனோடு நின்ற பாடில்லை. கலைச் செல்வங்களை அழிக்கவும் செய்கிறான். என்னே பேதமை!

மேல் நாட்டாரின் கலை ஆர்வம்

நமது கலைகளின் மேன்மையையும் சிறப்பையும் அழகையும் நம்மவர் அறிந்திராவிட்டாலும், அயல்நாட்டவராகிய மேல்நாட்டார் நன்குணர்ந்திருக்கிறார்கள். அவர்கள் தமது நாட்டுக் கலைகளைப் போற்றுவதோடு நமது நாட்டுக்கலையையும் போற்றுகிறார்கள். இதனால், நமது நாட்டுக் கலைப்பொருள்கள் பலப் பல மேல் நாடுகளுக்குச் சென்றுவிட்டன. அவ்வாறு மேல்நாடு சென்ற நமது நாட்டுக் கலைச் செல்வங்களில், சிற்ப வேலைப்பாட்டில் சிறந்த கருங்கல் மண்டபமும் ஒன்று. நமது நாட்டு மதுரை மாவட்டத்தில் இருந்த அந்தச் சித்திர மண்டபம், இப்போது அமெரிக்க ஐக்கிய நாட்டில் இருக்கிறது. சிந்தித்துப் பாருங்கள். நமது நாட்டுப் பெரிய கருங்கல் சித்திர மண்டபம் பல்லாயிர மைலுக்கப்பால் அமெரிக்கா கண்டம் சென்றுவிட்டது!

அமெரிக்காவில் இந்திய மண்டபம்

மதுரைக்கு அருகில் ஒரு பெருமாள் கோயிலில் இருந்த இந்த மண்டபம் பெரிய சிற்ப உருவங்களைக் கொண்டது. தருமன், அர்ச்சுனன், பீமன் முதலிய பஞ்சபாண்டவர் உருவங்களும் நாரதர், அகஸ்தியர், பதஞ்சலி முதலியவர்களின் உருவங்களும் ஒவ்வொரு தூணிலும் அமைக்கப்பட்டிருந்தன. இந்த மண்டபத்தை, அடிலின் பெப்பர் கிப்ஸன்[1] என்பவர் 1912-ஆம் ஆண்டில் வாங்கிக்கொண்டு போனார். இவர் பாரிஸ் நகரத்தில் இறந்தபிறகு, இவருடைய உறவினர்கள், அமெரிக்க ஐக்கிய நாட்டைச் சேர்ந்த பிலெடெல்பியா நகரத்து கலைப் பொருள் காட்சிசாலைக்கு 1919-இல் இதனை நன்கொடையாக அளித்தார்கள். ஆகவே இந்த மண்டபம் இப்போது அக்காட்சி சாலையில் மண்டபமாகவே அமைக்கப்பட்டிருக்கிறது. இந்த மண்டபத்தைப் பற்றி ஒரு நூலையும் அச்சிட்டிருக்கிறார்கள். (A Pillard Hall from a Temple at Madura, India. In the Philadelphia Museum of Art. By Norman Brown. 194).

வேலூர் சித்திர மண்டபம்

வேலூர் கோட்டையில் இருக்கிற, மிகச் சிறந்த சித்திர வேலையமைந்த கருங்கல் மண்டபம் சிற்ப சிலைக்குப் பேர் போனது. இதன் கலையழகைக் கண்டு வியப்படையாதவர் இலர். இந்த மண்டபத்தை அடியோடு பெயர்த்தெடுத்துக் கொண்டுபோய் இங்கிலாந்து தேசத்தில் அமைக்க ஆங்கிலேயர் சென்ற நூற்றாண்டில் முயற்சி செய்தார்கள். ஆனால் நல்ல வேளையாக, இந்த மண்டபத்தைக் கொண்டு போகவந்த கப்பல் கடலில் மூழ்கிவிட்டது. ஆகவே மண்டபத்தைக் கொண்டு போகும் முயற்சி கைவிடப்பட்டது. அந்தக் கப்பல் முழுகியிராவிட்டால், வேலூரில் உள்ள இந்த அழகான சிற்பக்கலை மண்டபம், இப்போது இலண்டன் மாநகரத்தில் காட்சியளித்துக் கொண்டிருக்கும்.

நமது நாட்டிலே இன்னும் ஏராளமான பழைய கோயில் கட்டிடங்கள் உள்ளன. அவைகளை அழியவிடாமல் பாதுகாக்க நாம் எல்லோரும் கண்ணுங் கருத்துமாக இருக்கவேண்டும்.

சிற்பக்கலை

சிற்பக்கலையையும் நம்மவர் இக்காலத்தில் போற்றுவதில்லை. சிற்பக் கலையின் பெருமையையும் அழகையும் இனிமையையும் உணராததே இதற்குக் காரணம். கோயில்களுக்குத் தர்மகர்த்தராக அல்லது அறநிலைய அதிகாரியாக இருப்பவர்கள் பெரும்பாலும் அழகுக் கலையை உணராதவர்கள்; கலைகளின் சிறப்பையும் அருமை பெருமைகளையும் அறியாதவர்கள். அவர்களுக்குள்ள கவலையெல்லாம் கோயில் பூஜை முதலியவை சரியாக நடக்கின்றனவா என்பது பற்றியே. கோயில்கள் கலைக் கூடங்கள் என்பதை அவர்கள் அறவே மறந்துவிட்டார்கள்.

கோயிலும் கலைகளும்

சமய வாழ்க்கையோடு கலைகளையும் இணைத்திருந்தனர் நமது பெரியோர். இக்காலத்தில் இசையரங்கங்கள் வேறாகவும், நாடக மேடைகள் வேறாகவும், பொருட்காட்சிசாலைகள் வேறாகவும், ஓவியக் கலைக்கூடங்கள் வேறாகவும் இருப்பது போல கலைச் சாலைகள் வெவ்வேறாக அக்காலத்தில் அமைக்கப்படவில்லை. கோயில்களே கலைக் கூடங்களாகவும், ஓவியக் காட்சிச் சாலைகளாகவும், இசையரங்கங்களாவும், நாடக மேடைகளாகவும் விளங்கின. அதனால்தான் சிற்பங்களும் ஓவியப்படங்களும் நமது கோயில்களில் இடம்பெற்றன.

ஒவ்வொரு பெரியகோயிலிலும் சங்கீத மண்டபங்கள் இருந்தன. அங்கு இசையும், இசைக் கருவிகளும், நர்த்தம் நாட்டியம் முதலியவைகளும் பண்டைக்காலத்தில் நடைபெற்றன, ஏன்? இலக்கியக் கலைக் கூடமாகவும் கோயில்கள் திகழ்ந்தன. கோயில்களிலே சமயச் சார்பான காவியங்களையும் புராணங்களையும் புலவர் படித்துப் பொருள் கூறி விளக்கினார்கள். மகாபாரதம், இராமாயணம், பெரியபுராணம், திருவிளையாடல் புராணம் முதலிய இலக்கிய நூல்கள் கோயில்களிலே விளக்கப்பட்டதை ஊரார் கேட்டு இலக்கிய கலையறிவையும் சமய அறிவையும் அடைந்தார்கள். பௌத்தசமயம் ஓங்கியிருந்த காலத்தில், புத்த ஜாதகக் கதைகள் போன்ற பௌத்த சமய நூல்கள் பௌத்தக் கோயில்களில் ஓதப்பட்டன. ஜைன சமயம் ஓங்கியிருந்த காலத்தில் ஸ்ரீ புராணம் முதலிய ஜைன சமய நூல்கள் கோயில்களில் படிக்கப்பட்டன.

சிற்பங்களைச் சிதைத்தல்

இவ்வாறு, கோயில்கள் கலைக் கூடங்களாகவும் இருந்தன என்பதையறியாத இப்போதைய தர்மகர்த்தர்கள், பெரும்பாலும் கலைச்சுவையும் கலையறிவும் இல்லாதவர்களாகையினாலே, கோயில்களில் உள்ள கலைப் பொருள்களைக் காப்பாற்றும் பொறுப்பும் கவலையும் இல்லாதவர்களாய் அவற்றை அழித்து விடுகிறார்கள்.

இராஜசிம்மன் என்னும் பெயருள்ள இரண்டாம் நரசிம்மவர்மனால் காஞ்சீபுரத்திலே அமைக்கப்பட்ட இராஜசிம்மேச்சுரம் என்னும் கயிலாசநாதர் கோயில், சிற்பக்கலையில் மிகச்சிறந்தது. அந்தச் சிற்பங்கள் கோயில் சுவர்களிலே புடைப்புச் சிற்பமாக[3] அமைக்கப்பட்டுள்ளன. வெயிலிலும் மழையிலும் பல நூற்றாண்டாக இருந்த படியினாலே அவற்றில் பெரும்பாலானவை சிதைந்து போயின. சமீப காலத்திலே அச்சிற்பங்கள் புதுப்பிக்கப்பட்டன. சிற்பக் கலையுணராத சாதாரண சிற்பிகளாலே அவை புதுப்பிக்கப்பட்ட படியினாலே, புதுப்பிக்கப்பட்ட சிற்பங்கள், பழைய அழகு கெட்டு விகாரமாகக் காணப்படுகின்றன. ஆனால், புதுப்பிக்கப்படாத பழைய சிற்ப வுருவங்கள் இன்றும் அழகுடன் காணப்படுகின்றன.

இரண்டாம் நந்திவர்மன் காலத்தில் காஞ்சீபுரத்திலே அமைக்கப்பட்ட முச்சீசுரம் என்னும் முக்தீசுவரர் கோயில் முன் மண்டபத்தில் அமைக்கப்பட்டிருந்த புடைப்புச் சிற்பமான சிற்ப உருவங்கள் மிகச் சிறந்தவை. அவையும் இப்போது மொத்தை மொத்தையாகச் சுதை

பூசப்பெற்றுப் பழைய உருவம் தெரியாதபடி விகாரப்படுத்தப் பட்டுள்ளன. பல்லவர் காலத்துக் கலையழகு நிரம்பிய சிற்ப உருவங்கள் இவ்வாறு "கொலை" செய்யப்படுகின்றன.

பழுதான சிற்பங்கள்

நமது கோயில்களிலே இப்போது உள்ள சிற்பக் கலையுருவங்கள் யாவும் கல்லினாலும் பஞ்சலோகத்தினாலும் செய்யப்பட்டவை. பின்னம் அடைந்த சிற்ப உருவங்களையும் உடைந்து போன சிற்ப வுருவங்களையும் வழிபடக் கூடாது என்பது முறை. அதனாலே, பின்னம் அடைந்த சிற்ப உருவங்களைக் கோயில் அதிகாரிகள் அப்புறப்படுத்தி எறிந்துவிடுகிறார்கள். இது தவறு. வழிபாட்டிற்கு உதவாமற்போனாலும் அவை சிற்பக் கலையுருவங்கள் என்னும் முறையில் பாதுகாக்கப்படவேண்டும். கணக்கற்ற கற்சிலைகளும் பஞ்சலோகச் சிலைகளும் சிறிதும் சிதைவுபட்டு விட்டன என்னும் காரணத்திற்காக அப்புறப்படுத்தப்பட்டு அழிக்கப்படுகின்றன. பூசைக்கு உதவாத சிற்பக்கலை யுருவங்களை எறிந்து விடாமல் கோயிலின் ஒருபுறத்திலே பாதுகாக்க வேண்டும்.

பழைய சிற்பங்களின் சிறப்பு

சிதைந்துபோன சிற்ப உருவங்களை ஒரு மூலையில் போட்டு விட்டு, அதற்குப் பதிலாகப் புதிய உருவங்களை அமைத்து வழிபடுகிற சில கோயில்களில், நான் கண்ட உண்மை என்னவென்றால், சிதைந்து போன உருவங்கள் கலையழகு நிரம்பப் பெற்று வெகு அழகாக இருப்பதும் அதைப்போலப் புதிதாக அமைக்கப்பட்ட உருவங்கள் கலையழகு இல்லாமல் இருப்பதும் ஆகும். இந்த உண்மையைக் கோயில் அதிகாரிகள் அறிந்து அவற்றைப் போற்றிப் பாதுகாக்க வேண்டும். சிதைந்துபோன சிற்ப உருவங்களை எந்தக் காரணத்தை முன்னிட்டும் அழித்துவிடக் கூடாது; விற்றுவிடவும் கூடாது; அவற்றைக் கலையுணர்வு படைத்த பலரும் பார்க்கும்படி பொது இடத்தில் சேமித்து வைக்க வேண்டும்.

பூமியில் புதைத்தல்

பின்னம் அடைந்து சிதைந்து போன சிற்ப உருவங்களைச் சில இடங்களில் பூமியில் புதைத்து விடுகிறார்கள். புதைக்கப்பட்டவை நாளடைவில் மறக்கப்பட்டு மறைந்து விடுகின்றன. செங்கற்பட்டு மாவட்டத்தைச் சேர்ந்த மணிமங்கலத்துப் பெருமாள் கோயிலில் முன்பு இருந்தவராகப் பெருமாள் கற்சிலை சிறிது சிதைந்து போன

காரணத்திற்காக அது அக்கோயில் தோட்டத்தில் புதைக்கப்பட்டிருக்கிறது. இவ்வாறு பல சிற்பங்கள் பூமியில் புதைந்துள்ளன.

நீருக்குள் மறைத்தல்

சில இடங்களில், பின்னம் அடைந்த சிற்பக்கலை உருவங்களை குளம் குட்டை கிணறுகளில் போட்டுவிடுகிறார்கள். பெரும்பாலும் கற்சிலைகளையே இவ்வாறு செய்கிறார்கள். ஏரிகளிலும் குளம் குட்டைகளிலும் இவ்வாறு போடப்பட்டுள்ள சிற்ப உருவங்களைக் கண்டிருக்கிறேன். நீரிலும், நிலத்திலும் மறைத்து அழித்துவிடுவதை விட அச்சிற்ப உருவங்களைக் கிராமத்தின் பொது மண்டபத்திலாவது கோயிலின் ஒருபுறத்திலாவது பாதுகாப்பது அன்றோ கலையைப் போற்றுவதாகும்? இனியேனும் கவனிப்பார்களா?

உருக்கி அழித்தல்

பொன், வெள்ளி முதலிய விலையுயர்ந்த உலோகங்களினாலே செய்யப்பட்ட சிற்ப உருவங்கள் பொருளாசையுள்ள கள்ளர் முதலியவர்களால் களவாடப்பட்டு அழிக்கப்பட்டு பணமாக்கப் பட்டன. கி.பி. 9-ஆம் நூற்றாண்டின் தொடக்கத்திலிருந்த திருமங்கை யாழ்வார் என்னும் வைணவ பக்தர், அக்காலத்தில் நாகப்பட்டினத்துப் பௌத்தக் கோயிலிலிருந்த தங்கத்தினால் செய்யப்பட்ட புத்தர் உருவச் சிலையைக் களவாடிக் கொண்டு போய், அந்தப் பொன்னைக் கொண்டு ஸ்ரீரங்கத்தில் திருமதில் கட்டுதல் முதலிய திருத்தொண்டு களைச் செய்தார் என்று வைணவ நூல்கள் கூறுகின்றன.

மாலிக்காபூர்

கி.பி. 13ஆம் நூற்றாண்டில் மாலிக்காபூர் என்னும் சேனைத் தலைவன் டில்லியிலிருந்து தென்னாட்டின் மீது படையெடுத்து வந்தான். அவன் படையெடுத்து வந்ததன் நோக்கம் தென்னாட்டுக் கோயில் விக்கிரகங்களை உடைப்பதும் கோயில் செல்வங்களைக் கொள்ளையடிப்பதும் ஆகும். அவன் தென்னாட்டில் உள்ள எல்லாப் பெரிய கோயில்களையும் கொள்ளையடித்தான். அந்தக் காலத்தில், அவன் கையில் அகப்படாதபடி உற்சவ மூர்த்தங்களான சிற்ப உருவங்களைப் பத்திரப்படுத்துவதற்காக, அவற்றைப் பெட்டி பேழைகளில் வைத்துப் பூமியில் புதைத்துவிட்டார்கள். அவ்வாறு புதைக்கப்பட்டவைகளில் சில மீண்டும் தோண்டி எடுக்கப்பட்டன. சில தோண்டி எடுக்கப்படாமலே மறக்கப்பட்டு மறைந்துவிட்டன.

இவ்வாறு மறக்கப்பட்டு மறைந்துபோனவைதான் இப்போது பூமியிலிருந்து தற்செயலாகக் கிடைக்கிற சிற்ப உருவங்கள்.

திருவாலங்காட்டு நடராசர்

இவ்வாறு பூமியிலிருந்து கிடைக்கப்பட்ட சிற்ப உருவங்களில் ஒன்று, திருவாலங்காட்டில் கண்டெடுக்கப்பட்டு இப்போது சென்னை பொருட்காட்சிசாலையில்[4] உள்ள, உலகப் புகழ் பெற்ற நடராசர் திருவுருவம். நல்லகாலமாகப் பூமியிலிருந்து கிடைத்த இக்கலைச் செல்வம் இலண்டன் மாநகரம், டெல்லி முதலிய நகரங்களில் காட்சிக்காக வைக்கப்பட்டு மீண்டும் சென்னைக்கு வந்திருப்பதை யாவரும் அறிவர். இதை இலண்டனுக்கு எடுத்துப் போவதற்கு முன்னர் சுமார் இரண்டு இலட்சம் ரூபாய் இதற்காக ஈடுகட்டி எடுத்துச் செல்லப்பட்டது இங்குக் குறிப்பிடத்தக்கது.

மாலிக்காபூர் காலத்தில் மட்டும் அல்லாமல், தென் இந்திய சரித்திரத்தில் மிகக் குழப்பகாலமாக இருந்த கி.பி. 17,18-ஆம் நூற்றாண்டுகளிலும், (ஐதரலி கலகம், திப்புசுல்தான் கலகம், பாளையக்காரர் கலகம், நவாப்பு காலத்துப் போர்கள், "கும்பினி" யார் சண்டை முதலியவை) பல சிற்பக்கலையுருவங்கள் நீரிலும், நிலத்திலும் தஞ்சம் புகுந்தன! அவற்றில் பல பிற்காலத்தில் மீட்கப்படாமல் மறைந்து விட்டன.

விக்கிரகக் களவு

கோயில்களில் ஊழியம் செய்யும் குருக்கள் முதலியோர்களில் சிலர் கோயில் விக்கிரகங்களைக் களவாடி விற்று விடுவதும் பண்டைக் காலத்தில் நிகழ்ந்துவந்தது. அவ்வாறு நிகழ்ந்த ஒரு நிகழ்ச்சி ஒன்று தமிழ் நாவலர் சரிதையில் கூறப்படுகிறது.

திருவாரூர் கோயில் குருக்களில் ஒருவராயிருந்த நாகராசநம்பி என்பவர், அறுபத்து மூன்று நாயன்மாருடைய செப்பு விக்கிரகங்களில் இரண்டை களவாடி கன்னானுக்கு விற்றுவிட்டாராம். மற்றவர்கள் இதனை அறிந்தும் களவாடியவருக்கு அஞ்சி அரசரான கிருஷ்ண தேவராயருக்குத் தெரிவிக்காமல் இருந்துவிட்டனராம். இதனை அறிந்த புலவர் ஒருவர் பஞ்சவர்ணக்கிளி ஒன்றை வாங்கி அதற்கு ஒரு வெண்பாவைக் கற்றுக் கொடுத்து வைத்தாராம். கிருஷ்ணதேவராயர் கண்காணிப்புக்காகக் கோயிலுக்குக் கொண்டு வந்த போது அக் கிளியைப் புலவர் கோவிலுக்குக் கொண்டு வந்து ஓரிடத்தில் கட்டி வைத்தாராம். பஞ்சவர்ணக் கிளியழகில் ஈடுபட்ட அரசர் அதனிடம் வந்தபோது அது,

"முன்னாள் அறுபத்துமூவர் இருந்தார் அவரில்
இன்னாள் இரண்டுபேர் ஏகினார்-கன்னான்
நறுக்குகின்றான் விற்றுவிட்ட நாகராசநம்பி
இருக்கின்றான் கிட்டின ராயா."

என்று கூறிற்றாம். பிறகு அரசர் விசாரித்து உண்மை அறிந்து களவாடியவரைத் தண்டித்தாராம். நிற்க.

சமயப்பகையும் கலையழிவும்

சமயப்பகை காரணமாகவும் பல சிற்பக்கலை யுருவங்கள் அழிக்கப்பட்டன. பௌத்த சிற்ப உருவங்களை ஜைனர், சைவர், வைணவர்கள் அழித்துவிட்டதும், ஜைன சிற்ப உருவங்களைப் பௌத்தர் சைவர், வைணவர் அழித்துவிட்டதும், சைவ சமய சிற்ப உருவங்களை வைணவர் அழித்துவிட்டதும், வைணவ சிற்ப உருவங் களைச் சைவர் அழித்துவிட்டதும் சமயப் பொறாமையால் விளைந்த சிற்பக்கலை அழிவுகளாம்.

மாமல்லபுரத்துச் சிற்பக்கலையழிவு

மகாபலிபுரத்தில் இராமாநுச மண்டபம் என்று இப்போது பெயர் வழங்குகிற குகைக் கோயில், ஆதிகாலத்தில் மும்மூர்த்திகளின் கோயிலாக இருந்தது. அது இராமாநுசர் பிறப்பதற்கு 500 ஆண்டு களுக்கு முன்னர் அமைக்கப்பட்ட குகைக் கோயில். அத்யந்தகாம பல்லவேச்சரம் என்னும் பெயருடனிருந்த அந்தக் குகைக் கோயிலை, விஜயநகர அரசர் காலத்தில், வைணவர்கள் கைப்பற்றி இராமாநுச மண்டபம் என்று பெயர் கொடுத்து அதிலிருந்த சிற்பக்கலை உருவங்களை அடியோடு அழித்துவிட்டார்கள்.

இந்தக் குகைக் கோயிலில் இருந்த துவாரபாலகர் உருவங்களையும் கருவறையின் சுவரில் இருந்த சோமஸ்கந்தர் உருவங்களையும் உளியினால் செதுக்கி அழித்துவிட்டதோடு மண்டபத்தின் இரண்டு பக்கங்களிலும் கற்பாறையில் பெரிய அளவில் புடைப்புச் சிற்பமாக[5] அமைக்கப்பட்டிருந்த சிற்ப உருவங்களை உளிகொண்டு செதுக்கி அழித்துவிட்டார்கள். அழிக்கப்பட்ட அந்தச் சிற்பங்களின் உருவங்கள் எவை என்று இப்போது நமக்குத் தெரியவில்லை. ஆனால், அவை சைவ சமய சம்பந்தமான சிற்ப உருவங்களாக இருந்திருக்க வேண்டும்.

அவை அழிக்கப்படாமல் இப்போது இருக்குமானால் மகாபலிபுரத்தில் இன்னொரு இடத்தில் மகிஷாசுர மண்டபத்தில்,

இப்போது இனிய அழகிய கலைச் செல்வங்களாகக் காட்சியளிக்கிற அநந்தசயன மூர்த்தி, மகிஷாசுரன் போர் என்னும் புடைப்புச் சிற்பங்களைப்போலவே இனிய அழகிய சிற்பக்கலைச் செல்வங்களாக இருக்கும். ஆனால், அந்தோ! சமய வெறியர்களால் அவை முழுவதும் அழிக்கப்பட்டன. இல்லை, கொலை செய்யப்பட்டன. அந்தச் சிற்ப உருவங்கள் அமைந்திருந்த இடங்களின் அடையாளங்கள் இப்போதும் கற்பாறையில் காணப்படுகின்றன.

காஞ்சி சிற்பக்கலை யழிவு

காஞ்சீபுரத்துக் காமாட்சியம்மன் கோயிலிலே சில ஆண்டுகளுக்கு முன்னர் சில புத்தர் உருவச் சிலைகள் இருந்ததைக் கண்டேன். அவைகளில் சில சிறிது உடைபட்டிருந்தன. சில ஆண்டுகளுக்குப் பிறகு மீண்டும் சென்று பார்த்தபோது அந்தப் புத்தர் உருவச்சிலைகள் எல்லாம் துண்டு துண்டாக உடைக்கப்பட்டுக் கற்குவியலாகப் போடப்பட்டிருந்ததைக் கண்டேன். சமயப் பொறாமை காரணமாக இவைகள் உடைத்து அழிக்கப்பட்டன.

காமாட்சியம்மன் கோயில் குளத்துப் படித்துறைக்கு இரண்டு பக்கத்திலும் இரண்டு புத்தர் உருவச் சிற்பங்கள் சில ஆண்டுகளுக்கு முன்னர் இருந்தன. அந்தப் புத்தர் உருவங்களைக் காமாட்சி லீலாப் பிரபாவம் என்னும் நூல் "பூதங்கள்" என்று கூறுகிறது. வெண்மையான சலவைக் கல்லினால் புடைப்புச் சிற்பமாகச் செய்யப்பட்டிருந்த அந்த இரண்டு உருவங்களும் உண்மையில் புத்தர் உருவங்களேயாகும். ஆனால், அந்தச் சலவைக் கல் புத்த உருவங்கள் இப்போது அங்கே காணப்படவில்லை. ஆனால், 'சிமிட்' டியால் செய்யப்பட்ட இரண்டு பெரிய விகாரமான பூத உருவங்கள் அங்கு வைக்கப்பட்டிருக்கின்றன. இதுவும் சமயப் பொறாமையினால் விளைந்த உருமாற்றங்களாகும்.

இவற்றை ஏன் இங்குக் கூறினேன் என்றால், சமயப் பொறாமை யினாலே அழகிய இனிய சிற்பக்கலைகள் அழிக்கப்பட்டு மறைக்கப் படுகின்றன என்பதைக் கூறுவதற்கே.

சமயப் பொறாமை ஏன்?

நமது நாட்டுச் சிற்பக்கலைப் பொருள்கள் பெரும்பாலும் சமயத் தொடர்புடையவை. சைவ, வைணவ, பௌத்த, ஜைன சமயத் தொடர்பான பல சிற்ப உருவங்கள் நமது நாட்டில் கல்லிலும் செம்பிலும் அமைந்து கிடக்கின்றன. சமயப் பகைமை பாராட்டாமல் அக்கலைப் பொருள்களையெல்லாம் செவ்வனே பாதுகாக்க வேண்டும்.

சமயப் பகையினால் அழிக்கப்பட்ட சிற்பக்கலைச் செல்வங்கள் பல. எல்லாச் சமயத்துச் சிற்பங்களிலும் கலையழகு உண்டு. ஆகவே, கலைச் செல்வங்களில் சமயப் பகையும் சமயப் பொறாமையும் காட்டாமல், அவற்றைப் போற்றிப் பாதுகாக்க வேண்டும்.

அயல்நாடு சென்ற சிற்பங்கள்

இவ்வாறு மதவெறியர்களால் அழிக்கப்பட்டது போக நீரிலும் நிலத்திலும் மறைக்கப்பட்டது போக, வேறு சில சிற்பக் கலைகள் அயல்நாடுகளுக்கு - அமெரிக்கா ஐரோப்பா கண்டங்களுக்கு - ஏற்றுமதி செய்யப்பட்டன. ஐரோப்பாவில் உள்ள ஆங்கிலேயர்களும், பிரான்ஸ் தேசத்தாரும், டச்சுக்காரர் முதலியவர்களும், அமெரிக்க ஐக்கிய நாட்டாரும் சிற்பக்கலைப் பிரியர்கள். அவர்கள் தங்கள் நாட்டுக் கலைகளைப் போற்றுவதோடு அயல்நாட்டுக் கலைகளையும் போற்றுகிறார்கள். ஆகவே, நமது நாட்டுச் சிற்பக்கலைப் பொருள்களையும் அவர்கள் இங்கிருந்து வாங்கிக் கொண்டு போனார்கள்.

இவ்வாறு மேல் நாடுகளுக்குச் சென்ற கலைச்செல்வங்களில் பெரும்பாலும் நமது நாட்டுக் கோயில்களிலிருந்து கொண்டு போகப்பட்டவையே. நமது நாட்டுத் தரகர்கள் (ஏஜெண்டுகள்), இச் சிற்பக் கலைகளை அவர்களுக்கு விற்றார்கள். எப்படியென்றால், கோயில் "பெருச்சாளிகள்" கோயில்களிலிருந்து சிற்ப உருவங்களைக் (இவை பெரும்பாலும் உலோகங்களினால் செய்யப் பட்டவை) களவாடிக் கொண்டுபோய் நமது நாட்டுத் தரகர்களுக்குச் சிறு தொகைக்கு விற்றுவிடுவார்கள். இவைகளை வாங்கிய தரகர்கள் யார் என்றால், நமது நாட்டில் பிறந்த "பெரிய மனிதர்கள்" தான். இவர்களுக்கு நாட்டுப் பற்றோ, கலைப் பற்றோ எதுவும் கிடையாது. இவர்களுக்கு உள்ள ஒரே பற்று என்னவென்றால் பணப்பற்றே. எப்படியாகிலும் பொருள் சேர்க்க வேண்டும் என்பதே இவர்கள் கருத்து.

கலைத் துரோகிகள்

நமது நாட்டுக் கலைப்பொருளைக் களவாடி ஐரோப்பியருக்கு விற்றுப் பதினாயிரக் கணக்காகவும் இலட்சக்கணக்காகவும் பொருள் தேடியவர்கள் இன்னும் நமது நாட்டில் இருக்கிறார்கள். நமது நாட்டுக் கோயில்களிலேயுள்ள கலைச் செல்வங்களைக் களவாடிய, அல்லது களவு செய்வதற்கு உடன்பட்டிருந்த, அல்லது களவாடிய பொருள்களை வாங்கிவிற்ற குற்றத்திற்குட்பட்டவர்களான இவர்கள், நாட்டின் கலைத் துரோகிகளாகிய இவர்கள், பெரிய மனிதர்களாகவும்

பட்டம் பதவி பெற்றவர்களாகவும் இன்றும் வாழ்கிறார்கள். இவர்கள் மூலமாக நமது நாட்டிலிருந்து பழைய கலைச் செல்வங்கள் எத்தனையோ மேல்நாடுகளுக்குப் போய்விட்டன. இவையெல்லாம் ஆங்கிலேயர் ஆட்சியில் நடைபெற்றன.

இந்தியா விடுதலை பெற்ற பிறகு, இந்தியக் கலைப் பொருள்கள் அயல் நாட்டிற்கு அனுப்பப்படக் கூடாது என்னும் சட்டம் ஏற்பட்டிருக்கிறது. இதனால் இனி நமது கலைப் பொருள்கள் அயல் நாட்டிற்குப் போக வழியில்லை. ஆயினும் கள்ளத்தனமாகப் போகக் கூடும் அல்லவா?

நமது கடமை

கலைச் செல்வங்களை அயல்நாட்டுக்கு விற்கும் கலைத் துரோகிகள் - நாட்டுத் துரோகிகள் - இன்னும் கலைப் பொருள்களை அயல்நாடுகளுக்கு அனுப்பத் தயாராக இருக்கிறார்கள். அவர்கள் தமது சொந்த கலைப்பொருள்களை விற்றாலும் நாம் குறை கூறமாட்டோம். ஆனால், தேசத்திற்கும் நாட்டிற்கும் உரியதான கலைப்பொருள்களை வஞ்சகமாகவும் சூதாகவும் தமக்குச் சொந்தப் பொருளாக்கிக் கொண்டு அவற்றை வெளிநாடுகளில் விற்றுப் பணம் சேர்ப்பது என்றால், அதை மக்களும் அரசாங்கமும் பார்த்துக் கொண்டு சும்மா இருக்கலாமா என்பதே எமது கேள்வி.

காஞ்சீபுரத்து நடராசர்

காஞ்சீபுரம், தஞ்சாவூர் முதலிய இடங்களிலிருந்து பல கலைச் செல்வங்கள் இவ்வாறு அயல்நாடுகளுக்குப் போய்விட்டன. காஞ்சீபுரத்தில் பேர்போன பல்லவர் கோயில் ஒன்றில் இருந்த புராதன நடராஜர் விக்கிரகம் எவ்வாறு ஐரோப்பா கண்டத்துக்குப் போய்விட்டது என்பதை ஒருவர் கூறினார். அக்கோயிலில் இருந்த பழைய நடராஜர் விக்கிரகத்தைத் தன் நாட்டுக்குக் கொண்டு போக விரும்பிய ஒரு ஐரோப்பியர், அக்கோயில் அதிகாரிக்குக் கைக்கூலி கொடுத்துச் சரிப்படுத்திக்கொண்டாராம். பிறகு, சிற்பியிடம் (ஸ்தபதியிடம்) அதைப்போலவே ஒரு வெண்கல நடராசர் உருவம் செய்யச் சொல்லி, புதிய நடராசர் உருவத்தை அக்கோயிலில் வைத்துவிட்டுப் பழைய நடராசர் உருவத்தை எடுத்துக் கொண்டு போய்விட்டாராம்! பழைய நடராசருக்குப் பதிலாகப் புதிய நடராசர் வந்துவிட்டார். ஆனால், புதிய நடராசரை எடுத்துக் கொண்டு போகாமல் பழைய நடராசரை அந்த ஐரோப்பியர் ஏன் கொண்டு

போனார்? அதில்தான் சூட்சுமம் இருக்கிறது. பழைய நடராசர் உருவத்தில் கலையழகு நிரம்பியிருந்தபடியினால் அதை எடுத்துக் கொண்டு போனார்! அன்பர்களே, நமது சிற்பக்கலைகள் எப்படி யெல்லாம் கொள்ளை போயின, போகின்றன பாருங்கள்.

சிற்ப உருவங்கள் இன்னும் உள

மேல்நாட்டார் கள்ளத்தனமாகவும் நல்லத்தனமாகவும் கொண்டு போன கலைச்செல்வங்கள் போகட்டும்; நமது நாட்டார், பழைய கோயில்களைப் புதுப்பித்தபோது அழிந்துபோன கலைச் செல்வங்கள் போகட்டும்; மண்ணிலும் குளங்குட்டைகளிலும் மறைந்து கிடக்கும் கலைச்செல்வங்கள் போகட்டும்; இவையெல்லாம் போனாலுங்கூட, இன்னும் ஏராளமான கலைச் செல்வங்கள் நமது நாட்டில் இப்போதும் எஞ்சியுள்ளன. பல சிற்பக்கலைப் பொருள்கள், பற்பல கோயில்களில் கலைச்சிறப்பு உணராதவர்களால் புறக்கணிப்பட்டுக் கிடக்கின்றன. பல சிற்பக்கலைகள், இருட்டறைகளில் மறைந்து கிடக்கின்றன. இவை களையேனும் போற்றிப் பாதுகாக்கவேண்டுவது நமது கடமையாகும்.

பல கற்சிற்பங்கள் வயல்களிலும் ஊர்ப்புறங்களிலும் நாதியற்றுக் கிடப்பதைப் பல இடங்களில் கண்டிருக்கிறேன். குளங்குட்டைகளின் ஓரத்தில் துணி தோய்க்கப் போட்டிருந்த சில கற்களைப் புரட்டிப் பார்த்தபோது அவற்றில் சிற்பங்கள் அமைந்திருப்பதைப் பார்த்திருக் கிறேன். இவையெல்லாம் எதைத் தெரிவிக்கின்றன? நமது நாட்டில், சிற்பக்கலையுணர்வும் அவற்றைக் கொண்டு சுவைக்கும் அறிவும் மங்கி மழுங்கி மறைந்து விட்டன என்பதைக் காட்டுகின்றன வன்றோ?

பாதுகாப்பு வேண்டும்

கலை, கலை என்று தாள்களில் எழுதப்படுகின்றன. மேடைகளில் பேசப்படுகின்றன. கலை என்றால், சினிமாவும் நடனமும் இசையும் நாடகமும்தான் என்று பெரும்பாலோர் கருதிக்கொண்டிருக்கிறார்கள். சிற்பம் ஓவியம் முதலியவைகளும் கலைகள் அன்றோ? அவற்றையும் போற்றிப் பாதுகாக்க வேண்டுவது நமது கடமை அல்லவா?

மிகப் புராதனமான ஒரு கோயிலிலே இருந்த, சோழ அரசனு டைய செப்புச் சிலையுருவம் ஒன்று, தனிப்பட்ட ஒருவரிடம் இருப்பதைக் கண்டு வியப்படைந்தேன். சாதாரணமாகக் காணப்படாததும் மிக விசித்திரமானதும் அருமையானதும் ஆன ஒரு நடராச சிற்ப உருவம், பழமையான ஒரு கோயிலில் இருந்தது, இப்போது தனிப்பட்ட ஒருவரின் தனியுடைமையாக இருக்கிறது. இவ்வாறு பழைய கோயில்களிலே தமிழ் நாட்டவருக்குரிய பொதுச் செல்வங்களாக

இருந்த அநேக கலைச் செல்வங்கள் பல, சுயநலமுடைய தனிப்பட்ட ஆட்களிடம் சிக்கிக் கொண்டுள்ளன.

இவற்றைப்பற்றி, அறநிலையப் பாதுகாப்பாளரும் அரசாங்கத் தாரும் கவலைகொள்ளாமல் இருப்பது என்னே? இக்கலைச் செல்வங்கள் தமிழ் நாட்டின் பொதுச் சொத்துக்கள் அல்லவோ? இவற்றிற்குப் பாதுகாப்பளிப்பது இவர்களின் கடமையன்றோ?

ஓவியக்கலை

கட்டிடக்கலை, சிற்பக்கலை இவற்றைப் பற்றிச் சிறிதளவாவது பொதுமக்களுக்குத் தெரியும். இவை கோயில்களிலே அடிக்கடி காணப்படுவதால், இவற்றை அறியாமல் இருக்கமுடியாது. ஆனால், ஓவியக் கலையைப் பற்றிப் பொதுமக்களில் பெரும்பான்மையோருக்குத் தெரியாது. அதாவது பண்டைக் காலத்துச் சித்திரங்களைப் பெரும் பாலோர் அறிந்திருக்க மாட்டார்கள், பண்டைக் காலத்து ஓவியங்கள் எல்லாம் சுவர் ஓவியங்களாக இருந்தன.

அரசர், குறுநில மன்னர், செல்வர் முதலியோர் அரண்மனை களிலும் மாளிகைகளிலும் சுவர் ஓவியங்களை எழுதி வைத்தார்கள். கோயில்களிலும் சித்திரங்களை எழுதி வைத்தார்கள். கட்டிடக் கலை சிற்பக்கலைகளைவிட சித்திரக்கலை மிக நுட்பமானது; தகுந்த பாதுகாப்பு இல்லாவிட்டால் எளிதில் அழிந்துவிடக் கூடியது.

நகரங்களைத் தவிர மற்ற ஊர்களில் வாழ்ந்த குடிமக்கள் அக்காலத்தில் ஓலை வீடுகளில் வசித்தார்கள். ஏன்? இக்காலத்தில் கூட பெரும்பாலும் ஓலை வீடுகளில்தான் வாழ்கிறார்கள். ஆகவே ஓலை வீடுகளில் சுவர் ஓவியங்களை எழுதிவைக்கும் வாய்ப்பு ஏற்படவில்லை. ஓவியங்கள் அக்காலத்தில் அரண்மனைகளிலும் மாளிகைகளிலுமே இடம் பெற்றன. அரண்மனைகளும் மாளிகைகளும் அழிந்துவிட்ட போது, சித்திரக் கலைகளும் மறைந்து விட்டன. சேர சோழ பாண்டியர் களின் அரண்மனைகளும் சித்திர மாடங்களும் எங்கே? வள்ளல்கள் சிற்றரசர்களின் மாளிகைகள் எங்கே? அவையெல்லாம் அழிந்து விட்டன. அவற்றோடு நுட்ப நுண்கலையாகிய சுவர் ஓவியங்களும் மறைந்து விட்டன.

பல்லவர் காலத்து ஓவியம்

மகேந்திரவர்மனும் அவனுக்குப் பின்வந்த பல்லவ அரசர்களும் அமைத்த குகைக் கோயில் சுவர்களில் வர்ண ஓவியங்கள் எழுதப் பட்டிருந்தன. அவையும் காலப்பழமையினாலும் அழிவு வேலை களினாலும் மறைந்துவிட்டன. மகேந்திரவர்மனுக்கு சித்திரக்காரப்

புலி என்னும் சிறப்புப் பெயரும் உண்டு. அன்றியும் தக்ஷிண சித்திரம் என்னும் தென் இந்திய ஓவிய நூலுக்கு உரை எழுதினான் என்றும் கூறுகிறார்கள். இவன் அமைத்த குகைக் கோயில்கள் சிலவற்றிலே சித்திரங்கள் எழுதப்பட்டிருந்த அடையாளங்களும் பச்சை, மஞ்சள், சிவப்பு முதலிய வர்ணங்களும் அங்கங்கே காணப் படுகின்றன. இதனால் அக்குகைக் கோயில்களில் சித்திரங்கள் எழுதப்பட்டிருந்தன என்பது தெரிகிறது.

நற்காலமாக எப்படியோ சித்தன்னவாசல் குகைக் கோயில் ஓவியம், மாட்டுக்காரப் பையன்களின் அட்டூழியங்களுக்கும் மற்றவர்களின் நாச வேலைக்கும் தப்பித் தவறி அரைகுறையாகவேனும் இப்போதும் இருக்கிறது. நமது தமிழ்நாட்டிலே உள்ள மிகப் பழையகாலத்துச் சித்திரம் இதுவே. இவை, கி. பி. 600 முதல் 630 வரையில் அரசாண்ட மகேந்திரவர்மன் காலத்தில் எழுதப்பட்டவை.

சிதைந்த ஓவியம்

மறைந்துபோன சித்திரங்கள் போக, இப்போதும் சிற் சில கோயில்களிலும் மண்டபங்களிலும் சிதைந்துபோன ஓவியப் பகுதிகள் இன்றுங் காணப்படுகின்றன. அவற்றையெல்லாம் கிடைத்த வரையில், அரைகுறையாக இருந்தபோதிலும், போற்றிப் பாதுகாக்க வேண்டும். பிரதிகள் எழுதி, அல்லது நிழல் (போட்டோ) படம்பிடித்து பொது மக்களுக்கு அறிமுகப்படுத்தவேண்டும். இதற்கு ஓவியக் கலைஞரும், நிழற் படம் பிடிப்போரும், அரசாங்கத்துப் பழம் பொருள் ஆராய்ச்சித் துறையினரும் (ஆர்க்கியாலஜி இலாகா) முன்வந்து உதவி செய்ய வேண்டும்.

திருமலை ஓவியம்

வட ஆர்க்காடு மாவட்டம் வடமாதிமங்கலம் இரயில் நிலையத் திற்கு அருகில் உள்ள போளூர் திருமலை என்னும் குன்றின்மேலே ஜைனக் கோயில் ஒன்று உண்டு. இதற்குச் சிகாமணிநாதர் கோயில் என்பது பெயர். இக்கோயில் குகையில் சோழர்காலத்து ஓவியங்கள் இப்போது சிதைந்து அழிந்து காணப்படுகின்றன. (புதிதாக எழுதப்பட்ட காலச் சித்திரங்களும் இங்கு உண்டு. இவற்றை நான் கூற வில்லை) இப்பழைய சித்திரங்களை அரசாங்கத்துப் பழம் பொருள் ஆராய்வோர் (ஆர்க்கியாலஜி இலாகா) சில ஆண்டுகளுக்கு முன்னர் படம் பிடித்தார்கள். அந்தப் படங்களின் நகல்கள் வேண்டுமென்று கேட்டபோது அவை கிடைக்காது என்று சொல்லிவிட்டார்கள்

காரணம் என்னவென்றால் படமெடுக்கப்பட்ட 'போட்டோ நெகட்டிவ்' உடைந்து விட்டதாம். அதன் பிறகு அவர்கள் மீண்டும் படம் பிடிக்க வில்லை. இக்கோயில் ஓவியங்களும் அழிந்து கொண்டிருக் கின்றன.

காஞ்சி ஓவியம்

காஞ்சீபுரத்து ஏகாம்பரேசுவரர் கோவில் பௌர்ணமி மண்டபத்தில் அன்னப்பறவைகள் முதலியவற்றின் ஓவியங்கள் எழுதப் பட்ட சிதைவுகள் காணப்பட்டதைச் சில ஆண்டுகளுக்கு முன்னர்க் கண்டேன்.

காஞ்சி ஏகாம்பரேசுவரர் நூற்றுக்கால் மண்டபத்தின் மேல் பகுதியில், சில ஆண்டுகளுக்கு முன்னர் பெரிய அளவில் பல ஓவியங்கள் இருந்ததைக் கண்டேன். அவை பார்வதி பரமேசுவரர், இலக்குமி, கலைமகள் முதலிய சித்திரங்களாகும். சிறிது அழிந்து போயிருந்தாலும் பெரிதும் நன்னிலையிலேயிருந்தன. வர்ணங்கள் அழிந்துபோன இடங்களில் கோடுகள் புனையா ஓவியமாக (outline) நிறைவு செய்திருந்தன. அவை பிற்காலத்து ஓவியங்கள்தான். 400, அல்லது 500 ஆண்டு பழைமையிருக்கலாம். அவற்றை நிழற்படம் 'போட்டோ' பிடிக்க வேண்டுமென்று அடுத்த ஆண்டு சென்றபோது, அந்தோ! அவை மறைந்து போனதைக் கண்டு துணுக்குற்றேன். கோயில் அதிகாரிகள் அந்தச் சித்திரங்களின் மேலே கோபி சுண்ணாம்பை நிறையப் பூசி மண்டபத்தை 'அழகு' செய்திருந்தார்கள்! அவர்கள் நீடூழி வாழ்க!!

படிஎழுதி வைக்கலாம்

இவ்வாறு எந்தெந்தக் கோயில்களில் எத்தனை எத்தனை ஓவியங்கள் அழிந்தனவோ! ஓவியத்துக்கும் கோயிலுக்கும் என்ன சம்பந்தம் என்று கோயில் "தர்மகர்த்தர்கள்" நினைக்கிறார்கள் போலும்! அதிலும் அரைகுறையாக உள்ள சித்திரங்கள், குற்றுயிராய்க் கிடந்து வேதனைப்பட்டுக் கொண்டிருப்பதைவிட அடியோடு அழிந்து சுகம் பெறட்டும் என்னும் கருணையினால் "கொன்று" விடுகிறார்கள் போலும். அரைகுறையான ஓவியங்களாக இருந்தாலும் அவற்றையும் போற்றவேண்டும். அவற்றை அழிக்க வேண்டியிருந்தால் முதலில் அவற்றைப் படம்பிடித்து வைத்துக்கொண்டு அல்லது படி எழுதிவைத்துக்கொண்டு பிறகு அழித்துவிடலாம்.

நமது நாட்டிலே பழைய கோயில்கள் பல உள்ளன. தேடிப் பார்த்தால் அவைகளிலும் சில ஓவியங்கள் காணப்படலாம். பிற்காலத்துச் சித்திரங்களாக இருந்தாலும் அவை பாதுகாக்கப்பட

வேண்டும். திருவலஞ்சுழி கோயில் மிகப் பழமையானது. அக் கோயிலிலும் ஓவியங்கள் இருப்பதாகக் கூறப்படுகிறது. ஆனால், அவை நகல் எடுக்கப்பட்டதாகத் தெரியவில்லை.

அன்பர்களை வணக்கமாக வேண்டிக்கொள்வது என்ன வென்றால், ஏதேனும் ஓவியங்கள் கோயில் முதலிய பழைய கட்டிடங்களில் இருக்கக் கண்டால், அவற்றை அழியவிடாமல் பாதுகாக்க வேண்டும் என்பதே. கண்டுபிடிக்கப்பட்ட ஓவியங்கள், அரைகுறையாக அழிந்து போயிருந்தாலும், அழியாத பகுதிகளை அழியவிடாமல் போற்றிப் பாதுகாக்கவேண்டும். அவற்றைப் படம் பிடித்தோ, தக்கவர்களைக் கொண்டு படி எழுதுவித்தோ பொது மக்களுக்கு அறிமுகப்படுத்தவேண்டும். இப்படிச் செய்வது நமது நாட்டு ஓவியக் கலைக்குச் செய்த பெருந்தொண்டாகும்.

இசைக்கலை

இசைக்கலையைப் பாதுகாப்பது பற்றி ஒன்றும் சொல்ல வேண்டுவது இல்லை. ஏனென்றால், ஏனைய அழகுக் கலைகளை விட அதிகமாக இசைக் கலையை மக்கள் அறிந்திருக்கிறார்கள். மேலும், பேசும் படம் (சினிமா), வானொலி நிலையம், இசையரங்கம் முதலியவை பெருகியுள்ள இக்காலத்தில் இசைக்கலை எல்லோரும் அறிந்த நற்கலையாக விளங்குகிறது.

யாழை உயிர்ப்பிக்கவேண்டும்

பழைய கலைகளைப் பற்றிக் கூறுகிற இந்நூலிலே, இசைக் கலை சம்பந்தப்பட்டவரையில் ஒன்று கூற விரும்புகிறேன். அது யாழ் என்னும் இசைக் கருவியைப் பற்றியது. யாழ், பண்டைக் காலத்திலே இந்தியா தேசம் முழுவதும் பயிலப்பட்டிருந்த ஒரு சிறந்த இசைக் கருவியாகும். வட இந்தியாவில் இக்கருவி வழக்கொழிந்த பிறகும், தமிழ்நாட்டிலே இது நெடுங்காலம் பயிலப்பட்டுப் பின்னர் கி.பி. 11-ஆம் நூற்றாண்டிற்குப் பிறகு மறைந்துவிட்டது. யாழுடன் சம்பந்தப் பட்டவை பழைய பண்கள். அப்பர், சம்பந்தர், சுந்தரர், திருப்பாணாழ் வார், திருநீலகண்ட யாழ்ப்பாணர், பாணபத்திரர் முதலியவர்கள் காலத்திலும், அவர்கள் காலத்துக்கு முற்பட்ட சங்ககாலத்திலும் தமிழ் நாட்டில் பயிலப்பட்ட பண்கள் யாழ் இசையுடன் சம்பந்தப்பட்டவை.

மறைந்துபோன யாழ் இசைக் கருவியை மீண்டும் புதுப்பித்து, அதை வழக்கத்திலே கொண்டுவர முயற்சி செய்யவேண்டும். யாழ் நூல் என்னும் இசையாராய்ச்சி நூலை எழுதிய முத்தமிழ்ப் பேராசிரியர்

உயர்திரு. விபுலாநந்த அடிகள் அரிதின் முயன்று ஆராய்ந்து யாழ்க் கருவியொன்றைச் செய்தார்கள். ஆனால், அக்கருவியை நாட்டில் பயன்படுத்துவதற்கு முன்பே அவர்கள் காலஞ் சென்றுவிட்டார்கள்.

அவர்கள் விட்டுச் சென்றதைத் தொடர்ந்து, முயன்று நிறைவேற்றி மறைந்துபோன அக்கருவியை மீண்டும் இசையரங்கிற்குக் கொண்டுவர வேண்டுவது தமிழ் இசைத் துறையில் ஆராய்ச்சி செய்யும் மாணவர் கடமையாகும். இது மிகவும் அரிதான வேலை. ஆனால், வெற்றிபெறக் கூடியதே.

பண் ஆராய்ச்சி

தமிழ் இசைச் சங்கம், தேவாரப்பண் ஆராய்ச்சி செய்து வருவது போற்றத்தக்கது. இவ்வாராய்ச்சியினால் சில உண்மைகள் அறியப் படுகின்றன. உதாரணமாக யாழ்முரிப்பண்ணை எடுத்துக் கொள்வோம். சம்பந்த சுவாமிகள் பாடிய "மாதர்மடப் பிடியும்" எனத் தொடங்கும் இப்பாட்டு இக்காலத்தில் அடானா இராகத்தில் பாடப்படுகிறது. தேவார ஆராய்ச்சியின் காரணமாக, 50 ஆண்டுகளுக்கு முன்புதான் இந்தப் பாட்டு அடானா இராகத்தில் குருசாமி தேசிகர் என்பவரால் பாடப்பட்டு அதனையே பின்பற்றி மற்றவர்களும் பாடி வருகிறார்கள் என்பதும், 50 ஆண்டுகளுக்கு முன்பு இப்பாட்டு மேகராகக் குறிஞ்சி என்னும் பண்ணினால் பாடப்பட்டதென்பதும் அறியப்பட்டன. இது போன்ற பல செய்திகளை இசை ஆராய்ச்சியினால் அறியக்கூடும்.

பழைய ஆடல்கள்

பண்டைக் காலத்தில் ஆடப்பட்ட கொடுகொட்டி, பாண்டரங்கம் முதலிய ஆடல்களும் இப்போது மறைந்துவிட்டன. இவ்வாடல் களையும் மீண்டும் புதுப்பித்து அரங்கத்திற்குக் கொண்டுவர வேண்டுவது நட்டுவர்களாகிய ஆடலாசிரியர்களுடைய கடமை யாகும்.

இலக்கியக் கலை

பழையகாலத்து அழகுக் கலைகளை ஆராய்வதை நோக்கமாக எழுதப்பட்ட இந்நூலிலே, இக்காலத்து இலக்கியக் கலையைப் பற்றிக் கூறவேண்டுவது இல்லை. பழைய இலக்கியங்களைப் போற்றுவது எப்படி என்பதைக் கூற வேண்டும். இசைக்கலையைப் போலவே இலக்கியக் கலையைப் பற்றியும் மக்கள் அதிகமாகத் தெரிந்திருக் கிறார்கள். ஆனால், பழைய இலக்கியக் கலைகளை இப்போது மக்கள் அதிகமாகப் போற்றுவது இல்லை. பழைய இலக்கியங்களின் பெயரைக் கூட மறந்துவிடுகிறார்கள்.

இலக்கியநூலைப் போற்றுக

சீவகசிந்தாமணி, சிலப்பதிகாரம், மணிமேகலை, சூளாமணி, பெருங்கதை, கம்பராமாயணம், வில்லிபாரதம், திருவிளையாடற் புராணம், கந்தபுராணம் முதலிய நூல்களைப் படித்து அவற்றின் இலக்கியச் சுவைகளை அறிந்து இன்புறுதல் வேண்டும். அவற்றில் கூறப்படும் கதையையும், சமயச் சம்பந்தமான செய்திகளையும் அப்படியே நம்ப வேண்டும் என்பதில்லை. அவற்றிலுள்ள இலக்கிய அழகை, கலைச்சுவையை யறிந்து மகிழவேண்டும். பகுத்தறிவுடையவர், அந்நூல்களைப் படிப்பதனால் மூடக்கொள்கைகள் நிலைத்துவிடுமோ என்று அஞ்சவேண்டியதில்லை. திரைப்படம், நாடகம் முதலிய காட்சிகளை மக்கள் பார்த்துக் கொண்டுதான் வருகிறார்கள். அவற்றைப் பார்ப்பதனாலே அறிவற்ற மூடர்கள் தீய வழியில் சென்றபோதிலும், பகுத்தறிவும் நல்லறிவுடையவர்கள் அத்தீமைகளைக் கொள்வதில்லை. அதுபோன்று, பழைய இலக்கியங்களில் இக்காலத்துக் கொவ்வாத விஷயங்கள் இருந்தாலும் அவற்றின் பொருட்டு இலக்கியத்தை இழந்து விடுவது, அல்லது புறக்கணிப்பது அறிவுடைமையாகாது. மனிதன் பகுத்தறிவுடையவன்; அதிலும் காவியக் கலையைப் பயிலும் மனிதன் சிறந்த அறிவுடையவன். அவன் அவைகளைப் படிப்பதனாலே மூடக் கொள்கைகளுக்கு வசமாவான் என்று கூறுவது தவறு, நிற்க.

மறைந்த நூல்களை வெளிப்படுத்துக

பழைய இலக்கியங்களைத் தேடிப் பாதுகாக்க வேண்டும். சொற்பொழிவுகள், வானொலிப் பேச்சுகள் முதலியவற்றின் மூலம் இலக்கியக் கலையில் சுவை கொள்ளும்படி மக்களை பயிற்றுவித்தல் வேண்டும். இராஜராஜேச்சுர நாடகம் முதலிய பழைய நாடகங்களைத் தேடிக் கண்டுபிடித்து அச்சிட்டு வெளிப்படுத்த வேண்டும்.

இசைக்கலை இலக்கியக் கலைகளைவிட முக்கியமாக இப்போது மக்களுக்குத் தெரிவிக்க வேண்டியது கட்டிடக்கலை, சிற்பக்கலை, ஓவியக் கலைகளைப் பாதுகாப்பது பற்றியே. இசைக்கலை, இலக்கியக் கலைகளையறிந்திருக்கிற அளவுகூட பொதுமக்கள் கட்டிடம், சிற்பம் ஓவியங்களைப் பற்றி அறிந்திருக்கவில்லை. இக்கலைகளைப் பற்றிப் போதிய அளவு தெரியாதிருப்பதனால் நமது நாட்டு மக்கள் இக் கலைகளை அழித்து நாசப்படுத்தி வருவதோடு அவற்றைப் பாதுகாக்க வேண்டும் என்னும் எண்ணம் இல்லாமலும் இருக்கிறார்கள். இக் கலைகளைப் பற்றிய நூல்களை வெளியிட்டும், சொற்பொழிவுகள் நிகழ்த்தியும் பொருள்காட்சிகள் ஏற்படுத்தியும் மக்களிடையே இக் கலைகளில் அறிவை வளர்க்க வேண்டும்.

இந்நூல் எழுத உதவியாக இருந்த நூல்கள்

1. அகநானூறு (சங்க இலக்கியம் - சைவசித்தாந்த சமாஜப் பதிப்பு.)

2. அயிந்திர மதத் தமிழுரை - அ.கிருஷ்ணசாமிப் பிள்ளை.

3. ஆணைக்கோயில்கள் - மயிலை சீனி.வேங்கடசாமி (கையெழுத்துப் பிரதி.)

4. இறைவன் ஆடிய எழுவகைத் தாண்டவம் - மயிலை சீனி.வேங்கடசாமி.

5. இறையனார் அகப்பொருள் உரை- ராவ்பகதூர் ச.பவாநந்தம் பிள்ளை அவர்கள் பதிப்பு.

6. கலிங்கத்துப்பரணி - செயங்கொண்டார்.

7. காமிகாகமம் தமிழுரையுடன் - மயிலை அழகப்ப முதலியார் அவர்கள் பதிப்பு.

8. சமணமும் தமிழும் - மயிலை சீனி.வேங்கடசாமி.

9. சிலப்பதிகாரம் அடியார்க்கு நல்லார் உரையுடன் - இளங்கோவடிகள்.

10. சீவகசிந்தாமணி - திருத்தக்கதேவர்.

11. திவாகர நிகண்டு - சேந்தனார்.

12. திருவிளையாடற்புராணம் - பரஞ்சோதி முனிவர்.

13. திருக்கழுமல மும்மணிக்கோவை - பட்டினத்துப் பிள்ளையார்.

14. தேவாரம் - திருநாவுக்கரசு சுவாமிகள்

15. தேவாரம் - திருஞானசம்பந்த சுவாமிகள்

16. தேவாரம் - சுந்தரமூர்த்தி சுவாமிகள்

17. நற்றிணை - பின்னத்தூர் நாராயணசாமி அய்யர் பதிப்பு.